அன்பின் வழியது உயிர்நிலை

விஜி சம்பத்

ukiyoto®

Ukiyoto Publishing

Published in 2021

ISBN 978-93-5490-340-3

இந்த படைப்பு ***Pachyderm Tales*** உடன்
இணைந்து தயாரிக்கப்படுகிறது

www.pachydermtales.com

என்னுரை

நாவல் எழுதி அதை வெளியிடுவது என்பதை ஒரு கனவாகக் கருதியிருந்த எனக்கு அதை நனவாக்கித் தந்த பெருமை Pachyderm Tales Founder Dr. லக்ஷ்மி ப்ரியாவையும் அவருடைய அன்னை Pachyderm tales Director. திருமதி உமா அபர்ணா அவர்களையுமே சேரும். அவர்கள் இருவருக்கும் என் ஆத்மார்த்தமான நன்றிகளைத் தெரிவித்துக் கொள்வதில் அக மகிழ்கிறேன்.

மாத, வார இதழ்களில் சிறுகதைகள், கவிதைகள் என்று எழுதிக் கொண்டிருந்த என்னை நாவல் எழுதத் தூண்டி ஊக்கப்படுத்திய என் பாசமிகு அன்னை, கணவர், உடன்பிறப்புகள், என் உடன் பிறவா சகோதரி நாவலாசிரியை ஜி.ஏ ப்ரபா, என் அன்புக்கும் பெருமதிப்பிற்கும் உரிய நாவல் வெளியீட்டாளர் திருமதி. நளினி சுந்தரராமன் மற்றும் என் நேசமிகு தோழமைகளுக்கும் என் மனமார்ந்த நன்றிகளை மகிழ்வுடன் தெரிவித்துக் கொள்கின்றேன்!

விஜி சம்பத்

உள்ளடக்கம்

1

“இனிய திருமணநாள் வாழ்த்துகள் டார்லிங்”

என்று வாழ்த்திக் கொண்டே கம... கமவென்ற காஃபியின் மணம் முன்னே வர காஃபியுடன் என் கணவர் கணேஷ் பின்னே வந்தார். இன்று எங்கள் பத்தாவது திருமண நாள். என் பிறந்த நாள், எங்கள் திருமண நாள் இரண்டிற்குமே என் கணவர்தான் எனக்கு காஃபி கலந்து தருவார். அதில் அவருக்கு ஏக சந்தோஷம். இன்று ஞாயிற்றுக் கிழமை, விடுமுறை என்பதால் இரட்டிப்பு மகிழ்ச்சியுடன் இருவரும் வாழ்த்துகளைப் பரிமாறிக் கொண்டே காஃபியைக் குடிக்க... என் செல்ஃபோன் சிணுங்கியது.

அழைத்தது வந்தனா!

“இனிய காலை வணக்கம் வந்தனா” என நான் சொல்ல

“இனிய திருமண நாள் வாழ்த்துக்கள் அக்கா. அண்ணாவுக்கும் என் வாழ்த்துகளைச் சொல்லுங்க. மாலை ஆறு மணிக்கு வீட்டுக்கு வர்றோம்” என்று சொல்லி விட்டு வந்தனா ஃபோனை கட் செய்தாள்.

உடனே எனக்குக் கடந்த வருடம் எங்கள் திருமண நாளன்று நடந்த நிகழ்ச்சிகள் நினைவுக்கு வந்தது. அன்றும் இப்படித்தான் எனக்கு ஃபோன் செய்து வாழ்த்து சொன்ன வந்தனா.

“அக்கா! உங்க வெட்டிங்டேக்கு லன்ச்சுக்கு வரச் சொன்னீங்களாமே? கதிர்க்கு ஏதோ வேலை இருக்காம். அதனால அவர் வரலை நானும் பப்லுவும் வர்றோம். பத்து மணிக்கெல்லாம் வந்துருவோம்க்கா. ரெண்டு பேரும் சேர்ந்து விருந்து சமைப்போம், ஜமாய்ப்போம் ஓகே வா” என்று என்னைப் பேச விடாமல் பட பட வென்று பேசி விட்டு ஃபோனை வைத்து விட்டாள்.

எனக்குத் தலையும் புரியவில்லை. வாலும் புரியவில்லை! இவளை எப்போது நான்

விருந்துக்கு அழைத்தேன்? எங்கள் திருமண நாளை நாங்கள் வழக்கமாகக் கொண்டாடுவது அன்னை தெரசா கருணை இல்லத்தில்தான்.

அனைவருக்கும் ஒன்றாக மதிய உணவை சகுந்தலா மாமியின் மெஸ்ஸில் ஆர்டர் செய்து விடுவோம். கல்யாண விருந்து ரேஞ்சுக்கு மணக்க மணக்க சமைத்து சுடச் சுட இல்லத்துக்கு எடுத்து வந்து விடுவார் மாமி. இல்லத்திலிருக்கும் சமையல்காரம்மா ஆனந்திக்கும் அன்று ரெஸ்ட் கொடுக்க வேண்டும் என்பதற்காக இந்த ஏற்பாடு. அங்குள்ள குழந்தைகளுக்குப் பார்த்துப் பார்த்துப் பரிமாறி விட்டுத்தான் நாங்களும் மாமியும் சாப்பிடுவோம். பிறகு இல்லத்துக் குழந்தைகளுக்கு வாங்கிச் சென்ற ஸ்நாக்ஸ், கிஃப்ட் எல்லாம் கொடுத்து விட்டு அவர்களோடு விளையாடி விட்டு வீடு திரும்ப இரவாகி விடும். பிரிய மனமில்லாமல் நாங்கள் புறப்பட, குழந்தைகள் கண்களில் கண்ணீரோடுதான் வழியனுப்புவார்கள். பத்து வருடங்களாகத் தொடரும் பழக்கம். அப்படி இருக்கும் போது வந்தனாவை நான் லன்ச்சுக்காக

அழைப்பதாவது? நான் அழைத்ததாக ஏதும் கனவு கண்டிருப்பாளோ இல்லை இவளாகவே கற்பனை செய்து கொண்டாளோ ?

இந்த வந்தனா யார் என்று உங்களுக்குத் தெரியாதில்லையா? வரட்டும், உங்களுக்கு அறிமுகம் செய்து வைக்கிறேன். அதற்குள் வந்தனாவைப் பற்றிய விவரங்களை சொல்லி விடுகிறேன்!

2

நான் மேனேஜராக வேலை பார்க்கும் பேங்க்கில் எனக்கு உதவியாளராகப் பணியாற்றுகிறாள் வந்தனா. வேலையில் ரொம்ப ஸ்மார்ட். குறை சொல்ல முடியாத அழகு. பார்க்கும் யாவரையும் வசீகரித்து விடும் துறு துறு கண்கள். புன்னகை மாறாத களையான முகம். நடையுடையில் ஒரு கம்பீரம்... மிடுக்கு! எங்கள் கிளையில் பணியாற்றும் அத்தனை பேருக்கும் ரொம்பச் செல்லம், ஸ்வீட்டி பை!

பேங்க்கில், வெளியிடங்களில் எல்லாம் ஈகோ இல்லாமல் எல்லோருக்கும் ஓடி, ஓடி உதவி செய்வாள். நண்பர்களைக் கண்டால் உலகத்தையே மறந்து விடுவாள். ஆனால் குடும்பம், உறவுகள் என்று வந்து விட்டால்... அவ்வளவுதான்! எல்லோரும் எல்லா நேரமும் இவளைத் தலையில் தூக்கி வைத்துக் கொண்டாட வேண்டும் என்று எதிர்பார்ப்பாள்.

அதீதப் பிடிவாதம். பெற்றோருக்கு ஒரே செல்லப் பெண். ராஜா வீட்டுக் கன்னுகுட்டி! அப்பா முரளி இந்தியாவுக்கும், துபாய்க்கும் இடையே பறந்து, பறந்து பிஸினஸ் செய்யும் பக்கா பிஸினஸ் மேன். வருடத்தில் பாதி நாள் துபாயிலும், மீதி நாள் இந்தியாவிலும்! ஊருக்கு வருவார், மகளுக்கு அநியாயத்துக்கு செல்லம் கொடுத்து குட்டிச் சுவராக்கி விட்டுப் போய் விடுவார். நம்மிடம் பணமிருந்தால்தான் உறவுகள் வருவார்கள். நண்பர்கள்தான் பிரதிபலன் பார்ர்க்காமல் உதவுவார்கள் என்ற ஒரு தவறான கான்செப்டைத் தானும் நம்பி, மகளையும் நம்ப வைத்த பெருமைக்குரிய அப்பாதான் முரளி. வந்தனாவைப் பற்றித் தெரிந்து கொள்வதற்கு முன் முரளியைப் பற்றித் தெரிந்து கொள்வது நலம். ஏனென்றால் வந்தனாவின் அலாதியான குணாதிசயத்திற்கு வித்திட்டவரே அவர்தானே?

முரளியைப் போல ஒரு சுயநலவாதியை நீங்கள் எங்குமே பார்த்திருக்க மாட்டீர்கள்! அவனுடைய பெற்றோருக்குத் திருமணமாகிப் பத்து வருடங்கள் குழந்தை இல்லாமல்

இருந்து அவர்கள் தவமிருந்து பெற்ற அருந்தவப் புதல்வன் முரளி. இந்த விவரத்தை பெற்றோர்களிடமிருந்து தெரிந்து கொண்டது முதல், முரளிக்கு ஏகப் பெருமை. ஏன் கர்வமும் கூட. அதிலும் தாயின் அதீத செல்லத்தால் தந்தையின் பேச்சைக் கொஞ்சம் கூட கேட்க மறுத்தான். நாளாக நாளாகத் தாயின் மீதிருந்த பாசம், பற்றுதல், மரியாதை எல்லாமும் கூடக் குறைய ஆரம்பித்தது. தனக்குப் பின் நாலு வருடங்கள் கழித்துப் பிறந்த தங்கை சாருமதியின் மீதாவது துளியூண்டு பாசம் வர வேண்டுமே! ம்... ஹூம்! இவள் இருப்பதால்தானே நமக்கு கிடைக்கும் எல்லாவற்றையும் இவளோடு பங்கு போட வேண்டி இருக்கிறது. எதற்கெடுத்தாலும்

"தங்கச்சி சின்னப் பிள்ளைதானே. நீதான் விட்டுக் கொடுத்துப் போகணும்" என்று பெற்றவர்கள் சொல்வதைக் கேட்டுக்கேட்டு உடன்பிறந்தவள் மீது வெறுப்புதான் வளர்ந்தது. இவளை வேறு யாருக்காவது குடுத்துடுங்க .நம்ம வீட்டுக்கு நான் மட்டும் போதும் என்று அழுது ஆகாத்தியம் பண்ணி

இருக்கிறான். அப்போதெல்லாம் அவன் அப்பா ராஜதுரைக்கு மகனை ஓங்கி அறையலாமா என்று ஆத்திரம் வரும். செல்லம்மாதான் "அவனும் சின்னப் புள்ளைதானங்க கொஞ்சம் விட்டுதான் புடிப்போமே" என்று அவரை அடக்கி விடுவாள்.

அவன் எதையாவது கேட்டு வாங்கித் தரா விட்டால் அவ்வளவுதான்..

"நான் கேட்கிற எதையும் வாங்கித் தர முடியலைன்னா எதுக்கு என்னைப் பெத்தீங்க... அதுவும் தவமிருந்து பெத்ததா பெருமை வேற அடிச்சுகிறீங்க... போதாக்குறைக்கு ரெண்டாவதா தண்டத்துக்கு இவ வேற" னு சாருமதியைப் போட்டு அடிப்பான். அடியையும் வாங்கிக் கொண்டு, "அண்ணா, அண்ணா" வென அவனிடமே போய் நிற்பாள்... அவனுடைய பாசத்துக்கு ஏங்குவாள் சாரு. ஆனால் முரளியைப் பொறுத்தவரை பாசமெல்லாம் வேஷம்தான் என்பான். சாருமதியை "உடன் பிறந்தே கொல்லும் வியாதி" என்று தூற்றுவான்.

கிராமத்திலிருந்து மகன் வீட்டிற்கு அடிக்கடி வந்து போய்க் கொண்டிருந்த அப்பா வழித் தாத்தா, பாட்டி, சித்தப்பா, அத்தை இவர்களையும் சரி, அம்மா வழியில் பாட்டி, தாத்தா, தாய் மாமனையும் சரி, கண்டாலே முரளிக்கு ஆகாது!

இத்தனைக்கும் அவர்கள் அத்தனை பேருக்கும் இவன் மேல் கொள்ளைப் பிரியம். ஆளாளுக்கு ஒரு பட்சணத்தையோ... இல்லை, தோட்டத்தில் விளைந்த பழங்களையோ எடுத்து வந்து அவனுக்கு ஊட்டி விடுவதில் போட்டா போட்டி போடுவார்கள். யாருக்கும் பிடி கொடுக்காமல் டேக்கா கொடுத்து விட்டு ஓடி விடுவான்.

யாரிடமும் அன்பாகவோ அனுசரணையாக நின்று பேசினதாக சரித்திரமே கிடையாது. பட்டிக்காட்டுக்காரங்க, பழகத் தெரியாதவங்க, நாகரிகம் தெரியாதவங்க என்று முகத்தைச் சுளிப்பான். தான் என்னவோ வானத்தில் இருந்து குதித்த தேவதூதன் என்பது போலக் கெத்தாக நடந்து கொள்வான்! ராஜதுரை

அவருடைய அப்பாவுக்கும், தம்பிக்கும் பண உதவி செய்தால் போதும்.

கௌம்பி வந்துட்டாங்க கொள்ளையடிச்சிட்டுப் போக! இருக்கறத எல்லாம் அவங்களுக்கே குடுத்துட்டா எனக்கு என்ன மிச்சமிருக்கும்? என்று அவர்கள் எதிரிலயே கேட்டு எல்லோரையும் தர்மசங்கடத்தில் ஆழ்த்துவான். மகன் மீது பாசமிருந்தாலும். இரத்தபந்தமுள்ள உறவுகளையே மதிக்காமல் நடந்து கொள்ளும். மகனுடைய போக்கு பிடிக்காமல் ராஜதுரை அவனைக் கண்டிக்க, நாளடைவில் அப்பாவும், மகனும் நேருக்கு நேர் நின்று பேசிக் கொள்வதையே தவித்தார்கள். உறவுகளுக்கும் அவனுடைய போக்கு தெரிந்து அவனுடன் பேசுவதையும் ஊருக்கு வருவதையும் குறைத்துக் கொள்ள ஆரம்பித்தார்கள் !

செல்லம்மாளின் அப்பா, முரளி குழந்தையாக இருக்கையில் அவனைத் தோள்மேலும் மார்மேலும் தூக்கி வளர்த்தவர், பாலும், வெண்ணையுமாக ஊட்டி மகிழ்ந்தவர் இறந்து

போக விஷயத்தைக் கேள்விப்பட்டவன் முகத்தில் துளிக்கூட துக்கமோ, துயரமோ தென்படவே இல்லை கண்களில் பொட்டுக் கண்ணீர் கூட வரவில்லை அவனுக்கு! கிராமத்துக்கு வர முடியாது என்று பயங்கர அழிச்சாட்டியம் செய்தவனைப் பார்த்து.

“இத்தனைக் கல் நெஞ்சனாடா நீ” என்று செல்லம்மாவே வாய் விட்டுக் குமுறி விட்டாள். “தாத்தனுக்குப் பேரன் நெய்ப்பந்தம் பிடிக்கணும்டா, அதுக்காச்சும் வாடா” என்று மகன் காலில் விழாத குறையாகக் கெஞ்சிக் கூத்தாடித்தான் அவனைக் கிராமத்துக்கு அழைத்துப் போக வேண்டியிருந்தது. வேண்டாவெறுப்பாக முகத்தைத் தூக்கி வைத்துக் கொண்டுதான் போய் வந்தான். இத்தனைக்கும் அவனுக்கு அப்போது பதினைந்து வயதுதான்! வயசுக்கு மீறிய சிந்தனையும், நடத்தையும். அவனிடம் மிதமிஞ்சித்தான் இருந்தது. ஆனால் இத்தனையும் சொந்தங்களிடம் மட்டும்தான். வீட்டுக்கு வெளியில் யாரிடம் வேண்டுமானாலும் கேட்டுப் பாருங்க.

முரளியைப் போல ஒரு நல்ல பையனே கிடையாது என்று கற்பூரம் அணைத்து சத்தியம் கூடச் செய்வார்கள். உறவினர்கள் எல்லோரும் கிராமத்திலிருந்ததால், அவர்கள் மூலமாக முரளியைப் பற்றி யாருக்கும் தெரிய வாய்ப்பில்லை. நண்பர்களிடமோ அவன் பழகும் முறையே வேறு. அவனோடு ஒண்ணாங்கிளாஸ் முதல் கல்லூரி வரை படித்த நண்பர்கள் பலர் இருந்தனர். அவர்களில் யாருக்கும் முரளியின் உண்மையான முகம் தெரியாது... அந்த அளவுக்கு அவர்களிடம் இதமாக இங்கிதமாக நடந்து கொள்வான். இதில் சங்கரன் மட்டும் ரொம்ப ஸ்பெஷல்! சங்கரன் அடிக்கடி முரளியின் வீட்டுக்குப் போய் வருவதால் அவனுக்கு முரளியின் குணாதிசியமெல்லாம் அத்துபடி. சங்கரனுக்கும் அவனுடைய முரட்டுத்தனமும், சுயநலமும், அகம்பாவமும் பிடிக்காது போனாலும் முரளியை வெறுக்கவோ இல்லை அவனுடைய நட்பை முறித்துக் கொள்ளவோ முடியவில்லை. அவனைப் பற்றிப் பிற நண்பர்களிடமும் கூட எதுவும் சொல்ல மாட்டான். உயிரிலே கலந்த

பிள்ளைப் பிராயத்து நட்பு. சிநேகிதனை எப்படியும் திருத்தி விடலாம் என்ற மித மிஞ்சிய நம்பிக்கை வேறு !

3

முரளிக்குத் தந்தையிடம் பேச்சு வார்த்தை அறவே குறைந்து போக, ஏதாவது பணத் தேவை என்றால் மட்டும் தாயிடம் போய்,

“இன்னைக்கு எனக்கு எக்ஸாம் ஃபீஸ் கட்டணும். உம் புருஷன்கிட்ட போய் வாங்கிட்டு வந்து குடு” என்பான் !

“அப்பான்னு சொல்லுடா கண்ணு. உன்னைப் பெத்தவரில்லயா அவுரு” என்பாள் செல்லம்மா !

“ஆமாமா பெத்தீங்க பெருசா ! போய் சங்கரன் வீட்ல பாரு. அவனை எப்பிடித் தாங்குறாங்கன்னு! இப்பிடி அஞ்சுக்கும், பத்துக்கும் என்ன அல்லாடவுடறதுக்கு என்னை பெக்காமயே இருந்திருக்கலாம். இந்த மிடில் க்ளாஸ் குடும்பத்துல பொறந்ததுக்கு பொறக்காமயே இருந்திருக்கலாம்” என்று நொடிப்பான்.

“அதனால என்ன ராசா நீ நல்லாப் படிச்சு, சம்பாரிச்சு நம்ம குடும்பத்த மேன்மைக்கு கொண்டு வந்துரு. அப்புறமென்ன நாமளும் பணக்காரங்கதானே” என்பாள் செல்லம்மா.

“ம்க்கும்! நான் கஷ்டப் பட்டு சம்பாரிச்சு உங்களுக்கா கொண்டாந்து குடுப்பேன்? எல்லாத்தையும் நானே வெச்சுக்குவேன்” என்பான் சுயநலமாக.

பள்ளியிலும், கல்லூரியிலும் படிப்பு, விளையாட்டு இரண்டிலும் முதல் மாணவனாகப் பெயரெடுத்ததில் அவனுக்குத் தான் என்ற அகந்தை தாறுமாறாக வளர ஆரம்பித்தது. படிப்பு ஏறிய அளவிற்குப் பண்பாடு அவனுக்கு வளரவில்லை. சாருவுக்குப் படிப்பில் ஏதாவது சந்தேகம் வந்து அவனிடம் கேட்டால் அவ்வளவுதான் உச்சி மண்டையில் கொட்டு, கொட்டு என்று கொட்டுவான். அப்போதும் சொல்லித் தர மாட்டான். இத்தனைக்கும் சாரு படிப்பில் சாரசரிக்கும் மேல்தான் என்றாலும் அவன் ஒத்துக் கொள்ளமாட்டான்.

“உன்னோட மரமண்டைக்கு படிப்பெல்லாம் ஏறவே ஏறாது. தேவையில்லாம ஏன் உன்னையும் கஷ்டப்படுத்திகிட்டு என்னையும் பாடாப் படுத்தறே” என்று சொல்லிப் புத்தகத்தைத் தூக்கி எறிவான்.

“டேய் டேய் முரளி அறியாப் புள்ளையைப் போட்டு இப்பிடிக் குட்டுறியே. அவளைப் பாத்தா உனக்குப் பாவமா இல்லியாடா? அது மட்டுமில்லாம புஸ்தகம் சரஸ்வதிக்கு சமானம்டா. இப்பிடித் தூக்கி எறிஞ்சா சரஸ்வதிக்கு கோவம் வந்துடும்டா... இந்தா தொட்டுக் கும்பிடு” என்று வெகுளித்தனமாக அந்தப் புத்தகத்தை அவனிடம் எடுத்து வந்து நீட்டுவாள் செல்லம்மா.

“அப்பிடியா சரஸ்வதிக்கு எப்பிடி கோவம் வருதுன்னு பாக்கலாம்” என்று சொல்லித் திரும்பவும் அந்தப் புத்தகத்தை அவளிடம் இருந்து பிடுங்கித் தூக்கி எறிவான். புத்தகம் கிழிந்து போய்க் குட்டு வாங்கிய வலியை விட அதிகமாக மனசு வலிக்கும் சாருவுக்கு. சாரு அழுதால் போதும், அவனுக்கு அல்வா சாப்பிட்ட மாதிரி சந்தோஷம். இது போலப் பல

நிகழ்ச்சிகள். அவனுடைய அம்மா ஏதாவது புத்திமதி சொன்னால் போதும்." பள்ளிக்கூடமே போகாத தற்குறி நீ எனக்குப் புத்தி சொல்கிறாயா" என்று கேலி பேசுவான்.

அப்போதும் தன்னுடைய மகன் என்னவோ தன்னைப் புகழ்கிற மாதிரி சிரித்துக் கொள்வாள் செல்லம்மா. மனசுக்குள் ஏதேனும் வருத்தமிருக்குமோ என்னவோ? ஆனால் எதையும் வெளிக் காட்டிக் கொள்ள மாட்டாள்! ஆனால் அவன் தன்னை மதிக்காவிட்டால் கூடப் பரவாயில்லை. சாரு பாவம்! உடன்பிறந்த தங்கை. பிற்காலத்தில் தங்களுக்கு ஏதாவது ஆகி விட்டால்... அவன் தானே தங்கையைக் கவனித்துக் கொள்ள வேண்டும்? என்னவோ ஜென்ம விரோதியைப் பார்ப்பது போல அல்லவா தங்கையைப் பார்க்கிறான்? தன்னை மதிக்கா விட்டாலும், தங்கையிடம் அவன் பிரியத்துடன் இருந்தால் போதும் என்று நினைத்து அவ்வப்போது அவனுக்குப் புத்திமதி சொல்லிக் கொண்டுதான் இருப்பாள். எதையுமே காதில் வாங்கிக் கொண்டதே இல்லை அவன்!

அவனைப் பொறுத்தவரை வீட்டில் சமைக்கவும், வீட்டு வேலைகள் செய்வதற்கு மட்டுமே தாயும், தங்கையும் கடமைப் பட்டவர்கள். அதைத் தாண்டி எந்த விஷயத்தில் அவர்கள் தலையிட்டாலும் அவர்களை உண்டு, இல்லை என்று ஆக்கி விடுவான். அவன் புத்தி தெரிந்து சாரு அவன் விஷயங்கள் எதிலுமே தலையிடமாட்டாள். முரளி அவள் உடம்பு வலிக்க அடித்தாலும் சரி, மனசு வலிக்கத் திட்டினாலும் சரி, அண்ணன் மேல் என்னவோ பாசம் மட்டும் குறைந்ததில்லை அவளுக்கு! ஆனால் தாயிடமும்,தங்கையிடமும் அவன் நடந்து கொள்ளும் இந்த வன்முறை அழிச்சாட்டியமெல்லாம் எதுவுமே தெரியாது அவனுடைய அப்பா ராஜதுரைக்கு. அவர் வீட்டுக்குள் நுழையும் போதே... இவன் தன்னுடைய அறைக்குச் சென்று கதவைத் தாழிட்டுக் கொள்வான். எது நடந்தாலும் அவரிடம் சொல்லாமலே அம்மாவும்,தங்கையும் மறைத்து விடுவார்கள். இதனால் முரளியின் அகம்பாவம் அதிகமாகத்தான் ஆனது. அவன் அட்டகாசம் அதிகமாகும் சமயத்தில் செல்லம்மா,

"இரு, இரு அப்பா வந்ததும் சொல்றேன்" என்று சொன்னால்,

"சொல்லிக்கோ அந்த ஆளைக் கண்டா எனக்கென்ன பயமா? என்பான் ஆணவமாக. இதைக் கேட்டு செல்லம்மாவுக்குக் கோபம் வந்தாலும் மனசுக்குள்

"இவனோட பகுமானத்தை எல்லாம் நாம பாட்டுக்கு அவர்கிட்ட சொல்லப் போக, அவருக்குக் கோவம் வந்தா கைய ஓங்கிடுவாரு... அதைப் பாத்தா அவனும் சும்மா இருக்காம மரியாதைக் குறைவா ஏதேனும் பேசிட்டா என்ன பண்றது? ரோசமான மனுஷன், அப்புறம் மகனை வூட்டை வுட்டே தொரத்தினாலும் தொரத்திடுவாரு. அப்புறம் சொந்த, பந்தமெல்லாம் நம்மள எளக்காரமால்ல பாக்க ஆரம்பிச்சுரும்! இப்பவே நம்ம பயல திமிரு புடிச்சவன்னு நம்ம காது படவே பேசறாங்கதான். இன்னும் நாலைஞ்சு வருசத்துல சாருவுக்கு ஏதாவது கல்யாணம், காட்சின்னா இந்த சொந்த பந்தங்களோட தயவெல்லாம் தேவையாச்சே! அண்ணங்காரன் இல்லாம தங்கச்சி

கல்யாணம் எப்புடி நடக்கும்? அதுக்குள்ள இவன எப்பாடு பட்டாவது திருத்தி நம்ம வழிக்கு கொண்டாந்துரோணும்" னு தொலைநோக்குப் பார்வையுடன் சிந்திப்பாள்.

"பாப்போம்... அவனும் சின்னப் பயதானே! நாளடைவுல மகனோட கோவம், மொரட்டுத்தனமெல்லாம் மட்டுப் படாமையா போயிடப் போகுது" என்று தப்புக் கணக்கு போட்டவள், கணவரிடம் மகனின் போக்கு பற்றி எதுவும் சொல்லாமல் மறைத்ததுதான் அவள் செய்த பெரிய தவறு. அப்பாவும், மகனும் எதிரெதிராக பார்த்துக் கொண்டால் மட்டும் ஒரிரு வார்த்தைகள் பரிமாறிக்கொள்வார்கள். "சாப்ட்டியா? நல்லாப் படிக்கிறியா? இப்படி ஏதாவது ராஜதுரை கேட்க, எல்லாவற்றிற்கும் சேர்த்து வைத்து "ம்ம்"

என்று எங்கேயோ பார்த்துக் கொண்டு முனகுவான். அவரும் கண்டு கொள்ளாமல் வேலைக்குச் சென்று விடுவார்.

4

இளநிலை பட்டப் படிப்பு தேர்வு முடிவுகள் வெளியாகிப் பல்கலைக்கழகத்தில் முதல் மாணவனாகத் தேர்ச்சி பெற்று, கவர்னரிடம் தங்கப் பதக்கம் பெறப் போகும் மிதப்பில் தாயிடமும், தங்கையிடமும் கண் மண் தெரியாமல் பந்தா செய்து கொண்டிருந்த முரளியிடம்,

“ஏங்கண்ணு! உனக்கு என்னவோ தங்கப் பதக்கமெல்லாம் தருவாங்கன்னு சொல்றியே. எப்ப தருவாங்களாம்? அந்த விழாவுக்கு நானு, உங்கப்பன், சாரு எல்லாம் வரலாமில்ல”னு

ஆவல் பொங்க செல்லம்மா விசாரித்தாள். உடனே அவன் கிண்டலாக,

“விழாவுக்கு ரொம்பப் படிச்ச பெரிய ஆளுங்க எல்லாம் வருவாங்க. அவங்ககிட்ட உங்களை எல்லாம் என்னனு சொல்லி நான் அறிமுகப் படுத்தறது? நீ படிப்பறிவே இல்லாத ஒரு

தண்டம், தற்குறி. அவுரு பத்தாங்கிளஸைக் கூடத் தாண்டலை. இதோ! உம் பொண்ணு ஒரு அறிவுக் கொழுந்து... உங்களை எல்லாம் விழாவுக்கு கூட்டிட்டுப் போயி நான் அவமானப் படணுமாக்கும்? எல்லோரும் வீட்லயே கெடங்க" என்று அலட்சியமாகச் சொல்லிக் கொண்டிருந்ததை, அப்போதுதான் வீட்டுக்குள் நுழைந்த ராஜதுரை தற்செயலாகக் கேட்டு அதிர்ச்சி அடைந்து விட்டார். இத்தனைக்கும் அவர் தன் தந்தையிடம் நேருக்கு நேர் நின்று பேச மாட்டார். அத்தனை மரியாதை தந்தையிடத்தில்! ஆனால் தன் மகன் மரியாதை தர வேண்டாம். அவமானப் படுத்தாமல் இருந்தால் போதாதா? தன்னைப் பேசியதைக் கூட அவர் பெரிதாகப் பொருட்படுத்தவில்லை!

ஆனால் தவப்புதல்வன் என்று செல்லம் கொடுத்து வளர்த்த தாயை... தெய்வமாக மதித்து வணங்க வேண்டிய தாயை இத்தனை அலட்சியமாக, மரியாதைக் குறைவாகப் பேசி விட்டானே என்ற கோபத்தில் அவனுடைய கன்னத்தில் பளார்... பளாரென நாலு அறை

விட்டார். அந்த சமயம் பார்த்துதானா அவனுடைய அத்யந்த நண்பன் சங்கரன் வீட்டுக்குள் நுழைய வேண்டும்? முரளி அறை வாங்கும் காட்சியைக் காண வேண்டும்? அப்பா அறைந்ததில் வலியை விட நண்பன் பார்த்து விட்டானே என்ற அவமானத்தில் உடம்பெல்லாம் கூசி விட்டது முரளிக்கு! சங்கரன் இந்த விஷயத்தை வெளியில் சொல்லி விட்டால், நண்பர்களுக்கு மத்தியில் தான் கட்டிக் காப்பாற்றி வைத்திருக்கும் தன்னுடைய இமேஜ் டேமேஜாகி விடுமோ என்ற டென்ஷன் மேலோங்கியது அவனுக்கு.

அவ்வளவுதான்! ஆடாத ஆட்டமெல்லாம் ஆடிவிட்டான் முரளி. “தோளுக்கு மேல வளர்ந்த பையனைக் கை நீட்டி அடிக்கிற நீ எல்லாம் ஒரு அப்பனா? என்னை அடிக்க உனக்கு என்ன தகுதி இருக்கு? பத்தாங்கிளாஸ் கூட பாஸ் பண்ணாத பட்டிகாடு நீ! நாகரிகம் தெரியாத கிராமத்தான். உனக்கு ஒரு பட்டப் படிப்பு படிச்ச, அதுவும் தங்கப் பதக்கம் வாங்கின மகனை எப்படி நடத்துறதுன்னு எங்கே தெரியப் போகுது?

சங்கரன் வீட்ல போய்ப் பாரு. மகனை வாங்க, போங்கனுதான் அவங்க அப்பா கூப்பிடுறார். அதுதான் படிச்ச, பணக்கார அப்பாக்கு அழகு "இருந்திருந்து உங்க வீட்டுல வந்து பொறந்தனே... உங்கள விட்டு ஒழிஞ்சாதான் எனக்கு நிம்மதி" என்று நிறுத்தாமல் பேசிக் கொண்டே போனான். ஏதோ தனக்குத்தான் எல்லா நாகரிகமும் தெரிந்த மாதிரி! பெற்றவர்களிடம் எப்படி நடந்து கொள்ள வேண்டுமென்ற அடிப்படை அறிவு கூட இல்லாமல் பொரிந்து தள்ளினான். தன்னை இத்தனை வருடங்கள் செல்லமாக எந்தக் கஷ்டமும் பட விடாமல் வளர்த்தது, தான் படித்த பட்டப் படிப்புக்கான செலவு செய்தது எல்லாம் பத்தாங்கிளாஸ் கூடப் பாஸ் செய்யாத தன் பட்டிகாட்டுப் பாமர தந்தைதான் என்பதை மறந்து ஏக வசனத்தில் பேசி அவமானப் படுத்தக் கூனிக் குறுகி விட்டார் ராஜதுரை.

படிப்பு அறிவை வளர்ப்பதற்கு பதில் இப்படி அகம்பாவத்தை வளர்த்து விட்டிருக்கிறதே! மகனை வளர்த்த விஷயத்தில் தாம் மிகவும் தவறு செய்து விட்டதைத் தாமதமாகத்தான்

உணர்ந்தார் அவர். மகன் தவறு செய்கிறான் என்று தெரிந்து கோபத்தில் அவனை விட்டு விலகிப் போனதுதான் பெரிய தவறு. அவனிடம் நெருங்கிப் பழகி அவனைச் சாதுர்யமாக தன் வழிக்குத் திருப்பி இருக்க வேண்டும் என்பது அவர் புத்திக்கு அப்போதுதான் உறைத்தது. அப்படியே தன்னிரக்கத்தில் உறைந்து போனவராக படுக்கை அறைக்குப் போனவர், திடீரெனத் தனக்கு ஏதேனும் ஆகி விட்டால் தன் மனைவி, மகளின் கதி என்ன ஆகும்? இந்த மூர்க்கம் பிடித்த சுயநல வாதியிடம் அவர்கள் என்ன பாடு படப் போகிறார்களோ? அவர்களின் எதிர்காலத்திற்காத் தான் எதுவும் சேர்த்து வைக்கவில்லையே. மகன் தலை எடுத்துக் குடும்பத்தைக் காப்பாற்றுவான் என்றல்லவா பகற்கனவு கண்டு விட்டோம்" என்று மனசுக்குள் மறுகி, மறுகிக் கண்ணீர் விட்டவர், அதிகாலை விடியலில் மாரடைப்பு ஏற்பட்டுப் படுக்கையிலேயே உயிரை விட்டு விட்டார். கோபத்தில் அறைக்குப் போய்க் கதவைத் தாழிட்டுக் கொண்டு விட்ட கணவரை சாப்பிட அழைத்தால் "நீதான் செல்லம் கொடுத்து மகனைக் கெடுத்து விட்டாய் என்று

தன்னையும் அடித்து விடுவாரோ” என்று பயந்து கூடத்திலேயே தூணில் சாய்ந்து அழுது கொண்டே தூங்கி விட்ட செல்லம்மா விடியற்காலையில்தான் யாரோ உசுப்பி விட்டது போலத் திடுக்கிட்டு எழுந்தாள் இரவும் ஏதும் சாப்பிடாமலே கணவர் உறங்கப் போய் விட்டாரே... சூடாகக் காப்பியாவது போட்டுக் குடுப்போம் என்று காபி கலந்து கொண்டு போனவள் கணவரை உயிரற்ற நிலையில் கண்டதும் “ஆ” வென்று அலறிக் கொண்டு மயங்கிச் சாய்ந்து விட்டாள்!

தாயின் அலறல் கேட்டு ஓடி வந்த சாரு, அம்மா, அப்பா ரெண்டு பேருமே மயக்கத்தில் இருக்கிறார்கள் என்று நினைத்து, முரளியை எழுப்பி விஷயத்தைச் சொல்ல... அது வரைக்கும் கோபம் தணியாமல். தூங்காமல்... மனசுக்குள் பொருமிக் கொண்டிருந்தவன் கொஞ்சம் கூடத் தங்கையின் பதட்டத்தைப் பொருட்படுத்தாதவனாய்.

“சில்லுனு தண்ணிய எடுத்து ரெண்டு பேர் தலையிலயும் கொட்டு. தானா எழுந்திருப்பாங்க. என்னை வந்து தொந்தரவு

பண்ணாத" என்று சொல்லி விட்டுப் போர்வையைத் தலையோடு சேர்த்துப் போர்த்திக் கொண்டு படுத்து விட்டான். கலங்கிய கண்களோடு என்ன செய்வது, யாரை உதவிக்கு அழைப்பது? இன்னும் சரியாகக் கூட விடியவில்லையே! என்று பரிதவித்துப் போனவளுக்குச் சட்டென்று சங்கரனின் நினைவுதான் வந்தது. அவனுடைய வீட்டுத் தொலைபேசி எண்ணுக்குப் ஃபோன் செய்தால்... யாரும் எடுக்கவில்லை. அதிகாலை நேரம். மார்கழி மாதம் வேறு. எல்லோரும் ஆழ்ந்த உறக்கத்தில் இருந்தார்கள் போலிருக்கிறது. பத்துப் பதினைந்து முறை ஃபோன் செய்த பிறகே சங்கரனின் அம்மா ஃபோனை எடுத்தார்கள். சாரு அழுது கொண்டே பெற்றோர்கள் இருவரும் சுய நினைவில்லாமல் இருப்பதை மட்டும் சொல்லி, சங்கரனிடம் யாராவது டாக்டரை அழைத்து வரும்படி கேட்டுக் கொண்டாள். முதல் நாள் நடந்த சம்பவங்களையும், இப்போது முரளி கவலை இல்லாமல் படுத்துத் தூங்குவதையும்

கவனமாக சொல்லாமல் தவிர்த்து விட்டாள். விஷயங்களைக் கேட்டு விட்டு,

“உடனே சங்கரனை அனுப்பறேன் சாரு. நீயும், முரளியும் தைரியமா இருங்க” என்று ஆறுதலாகச் சொல்லி விட்டு சங்கரனை எழுப்பத், தூங்கி வழிந்து கொண்டே எழுந்தவன் விஷயத்தைக் கேள்விப் பட்டவுடன் ஏதோ விபரீதம் நடந்திருக்கும் என்று உணர்ந்து கொண்டான். சங்கரனுக்குத்தான் முதல் நாள் நடந்த விஷயங்கள் அத்தனையும் தெரியுமே! பர, பரவென்று தெரிந்த டாக்டர் ஒருவரை மன்றாடி எழுப்பி முரளியின் வீட்டுக்கு அழைத்துப் போக... டாக்டர் ராஜதுரை இறந்து பலமணி நேரங்கள் ஆகி விட்டது என்று சொன்னதும் சங்கரன் அதிர்ச்சியடைந்த அளவுக்கு கூட முரளியிடம் சலனமேதுமில்லை. முந்தின நாள் இரவு தான் பேசிய பேச்சுகளால்தான் தந்தை இந்த கதிக்கு ஆளானார் என்ற குற்ற உணர்ச்சி கூட அவனிடமில்லை. செல்லம்மாக்கு அதிர்ச்சியில் மயக்கம்தான் என்று சொல்லி, மயக்கம் தெளிய டாக்டர் ஊசி போட்டார். மயக்கம் தெளிந்து

எழுந்தாலும், பிணமாகிக் கிடக்கும் கணவரின் உடலைப் பார்த்து அதிர்ச்சியில் திரும்பத் திரும்ப மயங்கிக் கொண்டே இருந்தாள்! சாருவுக்கு அண்ணனிடம் முகம் கொடுத்துக் கூடப் பேசப் பிடிக்கவில்லைதான்... ஆனாலும் மேற் கொண்டு செய்ய வேண்டிய வேலைகளைச் செய்தாக வேண்டுமே? நல்லவேளையாக சங்கரன் இருந்ததால் அவனிடம் சொல்லிச் சொல்லி ஒவ்வொரு வேலைகளையும் செய்ய வைத்தாள். ஊரிலிருந்து சித்தப்பா, அத்தை எல்லோரும் வந்து எல்லா வேலைகளையும் தலைக்கு மேல் இழுத்துப் போட்டுக் கொண்டு செய்தனர். அப்போதும் யாரிடமும் எந்த ஒட்டுதலும் இல்லாமல், ஒப்புக்கு பேசி சமாளித்தவன், காரியங்கள் எல்லாம் முடிந்து சொந்த,பந்தங்கள் எல்லாம் ஊருக்குப் போன பிறகுதான் நிம்மதிப் பெருமூச்சு விட்டான். துக்கம் கேட்க வந்தவர்கள் எல்லோரும்,

"அடுத்து நீ என்ன செய்யப் போறே? கிடைக்கிற வேலை எதுவாக இருந்தாலும் சேர்ந்து விடு. மேல்படிப்பை எல்லாம் மறந்து

விடு. அம்மாவையும், தங்கச்சியையும் நீதானே பொறுப்பா பாத்துக்கணும்” என்று அறிவுரை சொல்லச் சொல்ல சொன்ன உறவினர்கள் மீதும், தனக்குப் பாரமாக வந்து விழுந்த பொறுப்புகளை நினைத்தும் ஆத்திர, ஆத்திரமாக வந்தது அவனுக்கு. அத்தனை ஆத்திரத்தையும் சாருவின் மேல் கொட்டித் தன்னை ஆசுவாசப் படுத்திக் கொள்ள முயற்சித்தான். பாவம் சாரு! வீட்டு வேலைகள், அம்மாவைக் கவனிப்பது, அவ்வப்போது வரும் உறவினர், நட்புகளுடன் பேசி அனுப்புவது என்று ரொம்பவே துவண்டு விட்டாள். செல்லம்மாவைப் பற்றிக் கேட்கவே வேண்டாம்.

5

பட்டப்படிப்பு முடித்து விட்டு மேற்படிப்புக்கு ஆவலுடன் விண்ணப்பித்திருந்த நிலையில் அப்பா மாரடைப்பில் இறந்து போனது முரளிக்குப் பெரிய அதிர்ச்சிதான். ராஜதுரையின் காரியங்கள் முடிந்த மறுநாள் அவர் கிளார்க்காக வேலை செய்து கொண்டிருந்த கம்பெனியிலிருந்து மேனேஜரும், கேஷியரும் வந்து சம்பிராதயமாகத் துக்கம் விசாரித்து விட்டு, அப்பாவின் ப்ராவிடண்ட் ஃபண்ட், கிராஜுவிடி தொகையும் விரைவில் உங்களுக்கு வந்து சேரும் என்று ஆறுதல் சொல்லி விட்டுக் கிளம்பி விட்டார்கள். எப்படியும் ஒரு பெரும் தொகை கைக்கு வரும், பேங்க்கில் கொஞ்சம் டெபாசிட் செய்து விட்டு மீதியைத் தனது படிப்பு செலவுக்கு வைத்துக் கொள்ளலாம் என்று ஆவலோடு எதிர் பார்த்துக் கொண்டிருந்தவனுக்கு மேலும் அதிர்ச்சி தரும் விதமாக மிகச் சொற்பத் தொகையே கைக்கு

கிடைத்தது. கம்பெனியில் சென்று விசாரித்த போது அவருடைய அப்பா ப்ராவிடன்ட் ஃபண்ட்டில் அவ்வப்போது வாங்கிய கடன் தொகை போக மீதமுள்ள தொகை அவ்வளவுதான் என்று சொல்லி விட்டார்கள். வேணுமானால் மேலிடத்தில் பேசி ராஜதுரையின் வேலையை முரளிக்குத் தர முடியுமா என்று கேட்டுப் பார்க்கிறோம் என்று ராஜதுரையின் மேனேஜர் சொல்ல அவர்களிடம் யோசித்து சொல்வதாக சொல்லி விட்டு வந்தவனுக்கு ஏகக் கடுப்பு. போயும், போயும் ஒரு பத்தாங்க்ளாஸ் கூடப் பாஸ் செய்யாதவர் பார்த்துக் கொண்டிருந்த சாதாரண லோயர் க்ரேட் க்ளார்க் வேலையை கோல்ட் மெடலிஸ்ட்டான தான் பார்ப்பதா? சேச்சே! எத்தனை அவமானம்? இந்த மனுஷன் இருந்தப்பவும் நமக்கு அவமானம்... இறந்தப்புறமும் நம்மை அவமானப் பட வைக்கிறாரே என்று ராஜதுரையை மனசுக்குள் திட்டியவாறே கோபத்திலும், ஏமாற்றத்திலும் வீட்டுக்கு வந்தான். வந்ததும் வராததுமாக

“எதுக்காக உம் புருஷன் கம்பெனில கடன் வாங்கினார்?

வாங்குன பணத்தை என்ன செஞ்சாருங்கற விவரம் இப்பவே எனக்குத் தெரியணும். உனக்கும், உம்மகளுக்கும் ஏதாவது நகை, நட்டு வாங்கினாரா? இல்லை ஏதாவது நிலம் நீச்சு வாங்கிப் போட்டிருக்காரா? இந்த பணம் இன்னும் எத்தனை நாளைக்கு நம்மைக் காப்பாத்தப் போகுது? கடன் வாங்கின பணத்தை எல்லாம் என்ன செஞ்சாருன்னு எனக்கு இப்பவே தெரிஞ்சாகணும்” என்று செல்லம்மாவை உலுக்கி எடுத்து விட்டான். செல்லம்மா பாவம்! மிகப் பலவீனமான நிலையில் பேசக் கூட முடியவில்லை. மகனுடைய ருத்ர தாண்டவத்தைக் கண்டு மிரண்டு போனவள், ஈனஸ்வரத்தில்.

“எனக்கு என்னடா தம்பி தெரியும்? உன்னோட தாத்தாவுக்கு ஒடம்பு சரி இல்லேனு ஒரு தரம் கம்பெனியில் கடன் வாங்குனார். அப்புறமா உங்க அத்தைக்கு கல்யாணம், அவ புள்ளைங்களுக்கு காது குத்து, சீரு,

செனத்தினு எத்தனையோ செலவு வரிச கட்டிகிட்டு வந்தப்ப எல்லாம் அவுரு என்ன கையில பணம் வச்சுகிட்டா செலவு பண்ணாரு? கூடப் பொறந்த பொறப்புகளுக்கு செய்ய வேண்டியதையும், பெத்தவங்களுக்கு செய்ய வேண்டியதையும் தட்டிக் கழிக்க முடியுமா? வூட்டுக்கு மூத்தா பொறந்தவங்களோட கடமையாச்சே அதெல்லாம்! எல்லாம் கம்பெனியில கடன் வாங்கித்தானே செலவு பண்ணாரு. எதிர்காலத்துல ஒந்தங்கச்சிக்கு கல்யாணம் காச்சினு வந்தா நீ செய்யாம வுட்டுருவியா? இல்லே எனக்குத்தான் ஒடம்புக்கு ஏதாச்சும் நோக்காடு வந்தா என்னை ஆசுபத்திரியில சேத்து வைத்தியம் பாக்காம வுட்டுருவியா" என்று கூடவே நைஸாக ஒரு பிட்டையும் சேத்துப் போட்டாள்.

"ம்...ம் இதெல்லாம் யாருகிட்ட... எங்கிட்டயேவா" என்று கண்களாலேயே எரித்து விடுபவன் போல செல்லம்மாவை முறைக்க

"அய்யோ என்னை வுட்டுரு சாமி" என்பது போலப் படக்கென்று கண்களை மூடிக் கொண்டு தூங்குவது போல அவள் பாவனை செய்யவும், பல்லை நறநறவென்று கடித்துக் கொண்டே அவ்விடத்தை விட்டு அகன்றான்.

ஏற்கெனவே அவனுக்கு உறவுகளைக் கண்டால் ஆகாது. இப்போது அப்பாவின் சேமிப்பில் பெரும்பாலான தொகை அவருடைய உறவுகளுக்காக செலவழிக்கப் பட்டது தெரிந்ததும், அடி பட்ட நாகம் போல சீறிக் கொண்டே இருந்தான் ராஜதுரை. தனியார் கம்பெனியில் வேலை செய்து கொண்டிருந்ததால் பென்ஷன் போன்ற நிரந்தரமான மாத வருமானமும் ஏதுமில்லாததோடு, மேற்படிப்பு படிக்க முடியாத ஏமாற்றமும், விதவைத் தாயையும், தங்கையையும் காப்பாற்றும் பொறுப்பும் அவனுடைய தலையில் விழுந்து விட்டதையும் எண்ணி, எண்ணிக் குமைந்து போனான், நண்பர்களைப் பார்க்கவும் அவனுக்குப் பிடிக்கவில்லை. சங்கரனும் மேற்படிப்பு படிக்கப் போய் விட்டதால், எப்போதாவது

விடுமுறையில் சந்தித்துக் கொள்வதோடு சரி. அப்போதும் சங்கரன் நண்பனைத் திருத்தும் உத்தேசத்தில் அறிவுரை,

அறவுரை என்று உபதேசிக்கப் போக, சங்கரனை விட்டும் விலக ஆரம்பித்தான்.

கிடைத்த ஏதோ ஒரு வேலைக்குப் போவதில் உடன்பாடில்லாததால் தனக்குப் பிடித்த வேலையைத் தேடத் தொடங்கினான். சிலமாதங்களிலேயே ஒரு பெரிய கம்பெனியில் அக்கவுண்டன்ட் வேலை நல்ல சம்பளத்தில் கிடைக்கப் பழைய அகம்பாவம் மீண்டும் தலை தூக்கத் தொடங்கி விட்டது.

வேலைக்குப் போக ஆரம்பித்ததும் தன்னுடைய தாயும், தங்கையும் தனக்கு அடங்கி நடக்க வேண்டும் என்று கட்டளை இட்டான். ராஜதுரை இறந்ததில் இருந்தே செல்லம்மாவும், சாருவும் முரளியிடம் பேசுவதைக் குறைத்துக் கொண்டார்கள். அவனைப் பார்க்கும்போதெல்லாம் மனசுக்குள் எரிமலை பொங்கியது இருவருக்கும். என்ன செய்வது? குடும்ப கௌரவம்னு ஒண்ணு

இருக்கே என்று பல்லைக் கடித்துக் கொண்டிருந்தார்கள். முரளிக்கோ சீக்கிரமாக சாருமதிக்குத் திருமணம் செய்து வைத்து அவளை வீட்டை விட்டு அனுப்பி விட வேண்டும் என்பது அவனுடைய எண்ணம். காதுக்கும், மூக்குக்கும் ஏதோ கொஞ்சம் நகையைப் போட்டுத், தனக்கு அடங்கின பையனாகப் பார்த்து, அவளுக்குக் கல்யாணம் செய்து வைத்து விட்டால், தாயையும் அவர்கள் பொறுப்பில் விட்டு விடலாம். அதன்பின் வீடும், மீதியுள்ள நகைகளும் நமக்குத்தான்.

பிறகு தனக்குப் பிடித்த பெண்ணாகக் கல்யாணம் செய்து கொண்டு தன் வழியில் போய் விடலாம் என்பதுதான் அவன் திட்டம். சாருமதி நல்ல நிறம், அழகு, சுருண்ட கூந்தல், மருண்ட பார்வை எனப் பார்த்ததும் பிடித்துப் போகும் அளவுக்கு லட்சணத்துடன் இருப்பாள். அப்படிப் பட்டவளுக்கு மாப்பிள்ளை தேடித் தேடிக் கடைசியில் தன்னுடைய ஆஃபீசிலயே வேலை பார்க்கும் ஒரு கடை நிலை ஊழியரைத் தேர்வு செய்தான். பையன் பார்ப்பதற்கு ரொம்ப சுமாராக இருந்தான். படிப்பும் பள்ளி இறுதி

வரைதான். வசதியும் அவ்வளவாக இல்லை. எல்லாவற்றிலும் தன்னை விடக் குறைந்தவனாக இருந்தால்தான் தன் சுட்டுவிரலசைவில் தங்கையையும், தங்கை புருஷனையும் ஆட்டி வைக்கலாம் என்று கற்பனைக் கோட்டை கட்டினான். வீட்டுக்கு வந்து விஷயத்தைச் சொன்ன நொடியில்... அவன் கட்டிய மனக்கோட்டையை, திட்டத்தைக், கனவைத் தவிடு பொடியாக்கி விட்டாள் சாரு.

அவன் பார்த்து முடிவு செய்த மாப்பிள்ளையைத் தான் திருமணம் செய்து கொள்ள முடியாது என்றும் அப்பா உயிருடன் இருக்கும்போதே உறவு விட்டுப் போகாமல் இருக்க அத்தை வீட்டினருடன் பேசிக் கொண்டபடித், தங்கள் அத்தை மகனைத்தான் திருமணம் செய்து கொள்ள இருப்பதாகவும், அதற்கு அத்தை வீட்டினருக்கும், அம்மாவுக்கும் சம்மதம்தான் என்று தடாலடியாக சாருமதி சொல்ல திடுக்கிட்டுப் போனான் முரளி.

சொந்தத்தில் எல்லாம் திருமணம் செய்து கொடுக்க முடியாது என்று திட்டவட்டமாக

ஒத்துக் கொள்ள மறுத்து விட்டான். தந்தையின் மறைவுக்குக் காரணமாகித் தாயை விதவைக் கோலத்திற்குத் தள்ளிய உடன் பிறந்தவனைப் பார்க்கவோ, அவனோடு பேசவோ கொஞ்சம் கூடப் பிடிக்கவில்லை சாருவுக்கு. எத்தனை சீக்கிரம் முடியுமோ அத்தனை சீக்கிரம் அத்தை மகனைத் திருமணம் செய்து கொண்டு இந்த வீட்டை விட்டுப் போய் விட வேண்டும் என்று முடிவு செய்து விட்டாள். அதனால் துணிச்சலை வரவழைத்துக் கொண்டவள்

“என்னுடைய திருமணம்... என்னுடைய விருப்பம்.அதில் குறுக்கிட உனக்கு உரிமை இல்லை. அப்பாவின் விருப்பத்தை நிறைவேற்றுவது என்னுடைய கடமை” என்று சாருமதி துணிச்சலாக வாதிட்டாள்.

“ஓஹோ அப்படியா! அந்தளவுக்கு வந்திருச்சா? என்னுடைய விருப்பத்துக்கு மாறாக நடந்து கொண்டால், இனி என் முகத்திலயே விழிக்கக் கூடாது. இந்த வீட்டு வாசற்படியை மிதிக்கக் கூடாது” என்று கத்தினான். அதை எதிர்பார்த்தவளாக உடனே

"ஓ... அப்படியா! நானும், அம்மாவும் கிராமத்துக்கு தாத்தா வீட்டுக்குப் போறோம்... நீயாக எங்களைத் தேடி வந்தால் ஒழிய நாங்க உன்னைத் தேடி வரமாட்டோம். ஆனா இந்த வீடு அம்மாவோட பேர்ல இருக்கு. அதனால நாங்க இங்க வர்றதையோ இல்ல இங்க தங்கறதையோ உன்னால தடுக்க முடியாது அது மட்டுமில்ல. அம்மாவோட அனுமதியும் கையெழுத்துமில்லாம இந்த வீட்டை விக்கவோ இல்ல அடமானம் வெக்கவோ உனக்கு உரிமை இல்லைங்கிறதை நீயும் புரிஞ்சுக்கோ! அக்கம்பக்கத்துல நாங்க எங்கேன்னு கேட்டா... அம்மாவுக்கு கிராமத்துல போய் இருக்கணும்னு ஆசை... அதான் கௌம்பிட்டாங்கன்னு சொல்லி உன் இமேஜைக் காப்பாத்திக்கோ. நாங்க யார்கிட்டயும் உன்னைக் காட்டிக் குடுக்க மாட்டோம்" என்று மிரட்டலாக சொல்லி விட்டுச் சாரு தாயையும் அழைத்துக் கொண்டு கிராமத்துக்குக் கிளம்பி விட்டாள். அதற்கு மறுப்புத் தெரிவித்து தன்னுடைய தாய் ஏதும் பேசாததோடு தங்கைக்கு ஆதரவாகக் கூடவே கிளம்பியதும் முரளிக்கு முகத்திலடித்த மாதிரி

இருந்தது. அவனுடைய ஈகோவுக்கு பலத்த அடி.செல்லம்மாவுக்கு ஏதோ சிங்கத்தின் கூண்டிலிருந்து தப்பித்து[ப் போவது போல ஒரு விடுதலை உணர்வுதான் மேலிட்டது. வீடு செல்லம்மா பெயரில் இருந்ததால் அதற்கும் முழு உரிமை கொண்டாட முடியாமல் போனது அவனுக்கு.

6

எல்லோரும் எக்கேடோ கெட்டு ஒழியட்டும்

அவ்வளவுதான்! தன் வரையில் கடந்தகால உறவுகளுக்கு இனிமேல் இடமில்லை. தனக்கென ஒரு குடும்பம் அமைத்துக் கொண்டு நிம்மதியாக வாழ வேண்டும் என்று முடிவு செய்து கொண்டான். குடும்பத்தில் எத்தனை ப்ரச்னைகள் இருந்தாலும் வேலையில் கெட்டிக்காரனாயிற்றே! ஆஃபீசில் எல்லோரிடமும் நல்ல பெயர் சம்பாதித்துக் கொண்டான். பதவி உயர்வும், சம்பள உயர்வும் அவனை உயரத்துக்கு கொண்டு போய் உட்கார வைத்தது. அடுத்தடுத்து வந்த நாட்களில், சாருவின் திருமணம், அவளுக்கு வளைகாப்பு என்று எத்தனையோ விசேஷங்களுக்கு. உறவு விட்டுப் போய் விடக் கூடாது என்ற எண்ணத்தில், சாருவின் புகுந்த வீட்டினர் அழைத்தும் கூட சட்டையே செய்யவில்லை அவன். பெற்ற தாய் எப்படி

இருக்கிறாளோ என்ற கவலையும் இல்லை தான், தன் சுகம், தன் வளமான எதிர்காலம் என்பதில் மட்டுமே அவனுக்குக் குறி.

தன்னுடைய வளமான வாழ்க்கைக்குத் தேவையான சொந்த வீடு, கார் என வசதிகள் செய்து கொண்டு, மிடில் க்ளாஸ் தரத்திலிருந்து... ஹை க்ளாஸ் தரத்திற்கு வந்த பின் தனக்கான மனைவியைத் தேட ஆரம்பித்தான். தான் தனியாள்தான் அம்மா, அப்பா, உடன் பிறப்புகள் யாருமில்லை என்று சொல்லிக் கொண்டு பெண் தேட ஆரம்பித்தான். வரப் போகும் மனைவி வசதியில் குறைந்தவளாக இருந்தாலும் பரவாயில்லை. கூடப் பிறந்தவர்கள் இல்லாத ஒற்றைப் பெண்ணாய் இருக்க வேண்டும். அதிக சொந்த பந்தமில்லாத பெண்ணாக இருக்க வேண்டும் என்று தேடிக் கொண்டிருந்தவருக்குப் பழம் நழுவிப் பாலில் விழுந்த கதையாக நந்தினி கிடைத்தாள். நந்தினியை கோயமுத்தூர் சென்றிருந்தபோது ஒரு மெஸ்ஸில் சாப்பிடப் போகும்போதுதான் சந்தித்தார். அம்மா, அப்பா இல்லாது ஏழைத்

தாய்மாமனின் ஆதரவில் வாழ்ந்து வந்த நந்தினி மாமா வெளியில் சென்றிருக்கும் நேரத்தில் அத்தைக்கு உதவியாக மெஸ்ஸில் இருப்பாள். அன்றும் மெஸ்ஸில் சுறு, சுறு துறு துறு வேலை செய்து கொண்டிருந்தவளைக் கண்டதுமே அவள் அழகும், பொறுமையும் முரளியின் கருத்தைக் கவர, இவள்தான் நமக்கு ஏற்ற மனைவியாக இருப்பாள் என்று உள்மனம் சொல்லியது. நந்தினியின் மாமா, அத்தையைத் தன் சாதுர்யமான பேச்சால் மயக்கி, அடுத்த பத்து நாட்களில் கோயமுத்தூரிலேயே மருதமலை முருகன் கோயிலில் வைத்து திருமணமும் செய்து கொண்டார். நண்பர்களுக்காகச் சென்னையில் ஒரு ஹோட்டலில் ரிசப்ஷன்.

முதலில் தனக்குக் கிடைத்த சுகபோக வாழ்க்கையை நினைத்து நந்தினி அகமகிழ்ந்துதான் போனாள். நாட்கள் செல்லசெல்லத்தான், தான் ஒரு கூண்டுப் பறவை என்பது அவளுக்குப் புரிய வந்தது... பெற்றோர்கள் இல்லாத நிலையில், தன்னைக் கண்ணும், கருத்துமாக வளர்த்த தாய் மாமன்,

அத்தையை இங்கே அழைத்து வந்து தங்களோடு தங்க வைத்துக் கொள்ளலாமே என்ற எண்ணத்தில்

“என்னங்க, இத்தனாம் பெரிய வீட்டில் நாம ரெண்டு பேர் மட்டும்தானே இருக்கோம். உங்களுக்கும் பெத்தவங்க, கூடப் பொறந்தவங்கன்னு யாருமில்ல, எனக்கும் அப்படித்தான். அதனால் என்னோட மாமா, அத்தைய நம்ம வீட்டுல கூட்டிட்டு வந்து வெச்சுக்கிட்டா நமக்கும் வீடு கல கலனு இருக்குமில்ல” என்று அவன் ஒரு நாள் சிரித்துப் பேசி நல்ல மூடில் இருக்கும் போது நந்தினி கேட்கப் போக... அவ்வளவுதான்... எரிமலையே வெடித்து விட்டது அங்கே! புது மனைவி ஆயிற்றே என்ற எண்ணம் கூடச் சிறிதுமில்லாமல், “இனிமேல் நீ உன் மாமா, அத்தை கூடப் பேசக் கூடாது, அவர்களைப் பார்க்கக் கூடாது. குடும்ப விஷயங்களைப் பற்றி யாரிடமும் பேசக் கூடாது. தன்னுடைய நல்லவன் என்கிற இமேஜை நண்பர்கள் எதிரில் டேமேஜ் செய்யக் கூடாது” என்று ஏகப்பட்ட கண்டிஷன்கள் போட்டு அவளை நிலை

குலையச் செய்து விட்டான். வந்தனாவைக் கருவுற்றிருந்த சமயம் நந்தினி மனசு தாங்காமல் ஃபோன் மூலமாக தன் மாமா, அத்தைக்கு விஷயத்தைச் சொல்ல அவர்களும் சந்தோஷத்தில் பட்சண வகைகளுடன் வந்து தங்கள் பாசமழையில் நந்தினியைக் குளிப்பாட்டினார்கள். அத்தோடு நின்றிருக்கலாம் அவர்கள்! அப்போதுதான் ஆஃபீஸிலிருந்து வீட்டுக்குள் நுழைந்த முசுடுவிடம்... ஸாரி... முரளியிடம்,

"நந்தினியைக் கொஞ்ச நாள் மசக்கை தெளியற வரை எங்க வீட்டுக்கு கூட்டிப் போகட்டுமா" என்று அனுமதி கேட்டார்கள். கொதிக்கும் எண்ணையில் போட்ட அப்பமாக குதித்த முரளி...

"இனிமே நந்தினி அங்க வரமாட்டா. அது போல நீங்களும் இங்கு வர வேண்டாம், என் மனைவியைப் பார்த்துக்க எனக்குத் தெரியும், பிரசவத்தையும் நானே பார்த்துக்கறேன்" என்று முகத்திலடித்தாற் போலச் சொல்லி அவர்களை அவமானப் படுத்தி அனுப்பி விட்டான்.

விடுமுறை கிடைக்காததால் அவசர, அவசரமாக முரளி, நந்தினி ரிசப்ஷனுக்கு பெங்களூரிலிருந்து வந்து விட்டுச் சென்ற சங்கரனுக்கு அமெரிக்காவில் வேலை கிடைத்து அங்கேயே செட்டிலாகி விட முடிவாகி விட்டது. சரி! கிளம்புவதற்கு முன் ஒரு முறை முரளியைப் பார்த்துப் பேச வேண்டும் என்ற ஆவலுடனும், இப்போது மனைவி என்று ஒருத்தி அவன் வாழ்வில் வந்து விட்டதால் அவனுடைய கோபம், சுயநலம் எல்லாம் மாறி இருக்கும் என்ற எதிர்பார்ப்புடனும் முரளியின் வீட்டுக்கு வந்தான். நல்ல வேளையாக அப்போது வீட்டில் முரளி இல்லை! நந்தினியின் சோகமயமான முகத்தைக் கண்டவன், வீட்டில் நடக்கும் நிலவரத்தை சொல்லாமலே புரிந்து கொண்டான். நண்பன் குணம் மாறாமல் இன்னும் அப்படியேதான் இருக்கிறான் என்பதை உணர்ந்து மிகவும் வேதனைப் பட்டவனாக, மனம் பொறுக்காமல் நந்தினியிடம் முரளியின் வாழ்வில் நடந்த பழைய. விஷயங்கள் அத்தனையையும் கொட்டித் தீர்த்து விட்டான். முரளியின்

ஆணவம் கொண்ட வித்தியாசமான நடத்தை, அவனுடைய பிரசித்தி பெற்ற முரட்டுத்தனம் அத்தனையையும் சொல்லி விட்டுக் கிளம்பி விட்டான். தன் தந்தையின் மறைவுக்கு காரணமானதோடு தனக்கு அம்மா, தங்கை இருப்பதைக் கூட மறைத்து விட்டாரே! இப்படியுமா ஒரு மனிதன் இருப்பார்? என்று அதிர்ச்சியில் இடிந்துதான் போய் விட்டாள் நந்தினி.

மாமியார், நாத்தனார் போன்ற உறவுகளைப் பார்த்து மகிழத் துடித்தது அவள் மென்மையான அன்பு உள்ளம். முரளி வீட்டுக்கு வந்ததும் சங்கரன் வந்து விட்டுப் போன விவரத்தை சொன்ன நந்தினி, மாமியார், நாத்தனார் பற்றி ஆவலுடன் விசாரிக்கப், பதிலேதும் பேசாமல் அவளைப் பார்த்து முறைத்தவன், தொலைபேசியில் சங்கரனை அழைத்து, இன்றோடு நம் நட்பு முறிந்தது. இனிமேல் என்னுடன் பேச வேண்டாம் என்று சொல்லி விட்டு சங்கரன் பதில் சொல்வதற்குள் ஃபோனை வைத்து விட்டான். அதன் பின் சங்கரன் பேரைக் கூட உச்சரிக்கவில்லை.

ஆனால் சங்கரன் மட்டும் அவ்வப்போது நந்தினியிடம் பேசி நலம் விசாரித்துக் கொள்வான். அவளுக்கு ஆலோசனைகள் தருவான் முரளிக்குத் தெரியாமல்!

குழந்தை பிறக்கட்டும் அந்தக் குழந்தையைத் தன் விருப்பம் போல அன்பைக் கொட்டி, அன்பை ஊட்டி எல்லோரிடமும் பரிவாக பாசமாக இருக்கும்படி வளர்க்க வேண்டும். முரளியின் குணத்தில் எள்ளளவும் கூட தன்னுடைய குழந்தைக்கு வந்து விடாமல் வளர்க்க வேண்டும் என்று தீர்மானித்துக் கொண்டாள். ஆனால் முரளியிடம் அவளுடைய எண்ணம் பலிக்குமா என்ன? அவனுக்கும் அதே எண்ணம்தான். ஆணோ, பெண்ணோ எந்தக் குழந்தையாக இருந்தாலும் அந்தக் குழந்தை தன் பேச்சை மட்டுமே கேட்கும்படி வளர்க்க வேண்டும் என்று வைராக்கியம் வைத்துக் கொண்டான். கரு வளர, வளர அவன் வைராக்கியமும் வளர்ந்தது.

வந்தனா பிறந்ததிலிருந்து அவளை அப்படியே தனது வார்ப்பாக வளர்க்க ஆரம்பித்தான் முரளி. தாய்ப்பால் குடிக்கும் வரைதான்

அவளை நந்தினியிடம் விட்டு வைத்தான். அதன்பின் மகளுடைய தேவைகள் அனைத்துக்கும் தன்னையே சார்ந்திருக்கும்படி செய்து விட்டான். நந்தினி சொல்லும் எதையும் வந்தனா கேட்டு விடக் கூடாது, மகளின் மொத்த அன்பும் தனக்கு மட்டுமே என்பது போல நடந்து கொண்டான், அதே போல தன்னுடைய அன்புக்கு வந்தனா மட்டுமே முழு உரிமை உடையவள் என்பது போல நந்தினியை அலட்சியமாக நடத்த ஆரம்பித்தான். வந்தனா பிறந்து மூன்றாண்டுகள் ஆன நிலையில் இரண்டாவது முறை நந்தினி கர்ப்பமாக, வலுக்கட்டாயமாக ஆஸ்பத்திரிக்கு அழைத்துச் சென்று அந்தக் கருவை அழித்ததோடு அவளுக்குக் கருத்தடை ஆபரேஷனையும் செய்ய வைத்து விட்டார். வந்தனாவுக்கு மட்டுமே என்னுடைய மொத்த ஆஸ்தியும், பாசமும் சேர வேண்டும்! இன்னொரு குழந்தைக்குப் பங்கு போட்டுக் கொடுக்க எனக்கு விருப்பமில்லை என்றெல்லாம் சொல்லி நந்தினியைக் கதறி அழ வைத்தார். தன்னுடைய எண்ணங்களை, குணங்களை எல்லாம் வந்தனாவிற்கு ஏற்றி,

ஏற்றி அச்சு அசலாக அப்படியே இன்னொரு முரளியாக வளர்ந்து வந்தார். அப்பா சொன்னா ரைட்டு... அப்பா சொன்னதுதான் கரெக்ட். அப்பாவின் வாக்கே வேத வாக்கு, அப்பாதான் எல்லாமே அவளுக்கு. அம்மா அந்த வீட்டில் ஒரு சம்பளமில்லாத வேலைக்காரி அவ்வளவுதான். முரளியின் கடும் உழைப்பும், அதிர்ஷ்டமும் சேர்ந்து அவரை ஒரு பிசினஸ்மேனாக்கியது. அவரது பிசினஸ் துபாய் வரை விரிவடைய, வருடத்தில் பெரும்பாலான மாதங்கள் அவர் துபாயில்தான் இருந்தார். பணம் பெருகப், பெருக அப்பா, மகள் இருவரிடத்திலும் குணம் மேலும் குறைய ஆரம்பித்தது. நண்பர்களிடமும் அந்தஸ்து பேதம் பார்க்க ஆரம்பித்தார்கள். தங்கள் ஸ்டேட்டசுக்குத் தகுந்தவாறு புது நண்பர்களை வலியத் தேடிக் கொண்டார்கள்.

7

நந்தினி பாவம் அமைதியான பெண். உறவுகளையும் நட்பையும் சமமாகப் பாவிக்கும் குணம். பிறப்பால் ஏழையாக இருந்தாலும், புகுந்த வீட்டில் கொட்டிக் கிடந்த பணம் அவள் குணத்தை மாற்றவில்லை ஆடம்பரம் அவளை அண்ட மறுத்தது. எளிமையும், பொறுமையும் அவள் அழகுக்கு அழகு சேர்த்தது. ஆனால் அப்பாவும், மகளும் அவள் எளிமையைப் பார்த்து எள்ளி நகையாடினர். கணவர், மகள் இருவரின் குணக்கேட்டை மாற்ற எத்தனையோ முயற்சித்தும் இருவரும் மாறவேயில்லை. நந்தினியின் பேச்சை வந்தனா காது கொடுத்து கூட கேட்க மாட்டாள். அம்மா ஏதாவது புத்திமதி சொன்னால் உடனே அப்பாவை அழைத்துப் புகார் கொடுத்து விடுவாள். அவரும் என்ன ஏது என்று தீர விசாரிக்காமல். நாட்டாமை ரேஞ்சுக்கு. நந்தினிதான் குற்றவாளி என்று பக்கம், பக்கமாக தீர்ப்பை வழங்கிவிடுவார்.

அடடே! இன்னும் கதிரை உங்களுக்கு அறிமுகம் செய்து வைக்கலையே! கதிர் வந்தனாவின் காதலன்.

வந்தனா படித்து முடித்து சும்மா பொழுது போவதற்காக பேங்க் எக்ஸாம் எழுதி... வேலைக்கு வந்திருக்கிறாள். பிசினஸ் லோன் விஷயமாக வங்கிக்கு அடிக்கடி வந்து போன கதிருடன் நட்பாகி, நட்பு காதலாகியிருக்கிறது! காதலை முதலில் ப்ரொபோஸ் செய்ததே வந்தனாதான்.

கதிர் முதலில் மென்மையாக மறுத்திருக்கிறான்.

"நான் மிடில் க்ளாஸ் வந்தனா. உன்னோட தகுதிக்கும் அந்தஸ்துக்கும் நான் சமமில்லாதவன். நாம இப்படியே நண்பர்களாகவே இருப்போமே! அதுதான் நம்ம ரெண்டு பேருக்குமே நல்லது" எனக் கூறி இருக்கிறான். வந்தனா அழுது கண்ணீர் விட்டு எப்படியோ கதிரின் மனதை மாற்றிக் காதலிக்க வைத்து விட்டாள். இவர்கள் காதல் விஷயம் தெரிய வந்ததும், நந்தினி கதிரை

வரவழைத்துப் பேசிப் பார்த்துக் கதிரின் நற்குணங்கள் பிடித்துப் போக இவர்கள் காதலுக்குப் பச்சை கொடி காட்டி விட்டாள். ஆனாலும் அவள் மனசுக்குள் பச்சை மண்ணாக இருக்கும் கதிருக்குத் தன்னுடைய அடாவடி மகள் சரியான ஜோடியாக இருக்க மாட்டாளே என்ற எண்ணம் அடிக்கடித் தோன்றி இம்சை செய்ய,

சங்கரன் மூலமாகத் தான் தெரிந்து கொண்ட அத்தனை விஷயங்களையும் ஆதியோடந்தமாகச் கதிரிடம் சொன்னதோடு, வந்தனாவின் குண நலன்களைப் பற்றி வெளிப்படையாகவே பேசி விட்டாள்.

“உங்களுக்கு என்னோட மகள் சரியான துணையாக இருக்க மாட்டா கதிர். நீங்க உங்க குணத்துக்குத் தக்கன மாதிரி வேற ஒரு நல்லா பொண்ணாப் பாத்து கல்யாணம் பண்ணிக்கறதுதான் நல்லது. ஆண்டவன் உங்களப் போல அன்பான ஒரு மகனை எனக்குக் குடுத்திருக்கக் கூடாதா” என்று ஏங்கிப் போய் அழுதே விட்டாள்.

அத்தனையையும் பொறுமையாகக் கேட்ட கதிர் :

“கவலைப் படாதீங்க அத்தை. மருமகனாக மட்டுமில்லை, உங்களுக்கு ஒரு நல்ல மகனாகவும் நான் இருப்பேன்” என்று ஆறுதல் சொன்னதோடு நந்தினி விவரித்த அளவிற்கு வந்தனாவிடம் கோபத்தையோ, அகம்பாவத்தையோ தான் கண்டதில்லை என்பதால்,

“வந்தனாவை வழிக்குக் கொண்டு வர்றது என்னோட பொறுப்பு” என்று சர்வ சாதாரணமாகத் தைரியமும் சொல்லி விட்டான். ஆனால் நந்தினிக்குத் தெரியாதா விஷயம் அவ்வளவு சாதாரணமானதில்லை என்று? முரளிக்கு விஷயம் தெரிய வந்ததும், வந்தனாவின் காதலுக்கு சம்மதிக்க மறுத்ததோடு, தான் துபாயிலேயே வந்தனாவுக்கு ஒரு ஹை க்ளாஸ் மாப்பிள்ளை பார்த்து வைத்திருப்பதாகவும் கூறி கூடிய சீக்கிரம் வந்தனாவையும், நந்தினியையும் துபாய்க்கே அழைத்துச் செல்லவும் முடிவு செய்து விட்டார். வந்தனா என்ன சாமான்யப்

பட்டவளா? அப்பா எட்டடி பாய்ந்தால் மகள் முப்பத்திரண்டடி பாய மாட்டாளா?

அவள் காதல் என்ன கிள்ளுக்கீரையா? கதிரை வழிக்குக் கொண்டுவர அவள் எத்தனை பாடுபட்டிருப்பாள்? தன்னுடைய கோபத்தையும், டாம்பீகத்தையும் அவனறியாத வண்ணம் மறைக்க எத்தனை நடித்திருப்பாள்? அவளுடைய காதல் எனும் அத்தியாயத்தில் காதலைவிட சுயநலம்தான் அதிகமிருந்ததை கதிர் அறியாத வண்ணம் பூசி, மெழுகி அவனைத் தன்னிடம் ஈர்க்க நல்லவள் வேஷம் போட எத்தனை உழைக்க வேண்டி இருந்தது? இப்படித் தான் இழுத்த இழுப்பிற்கு துபாய் மாப்பிள்ளை வருவானா? இந்த அப்பாவிற்கு கொஞ்சம் கூட அறிவே இல்லை. முதலில் அப்பாவை எப்படி வழிக்கு கொண்டுவர முடியும் என்று யோசித்தவள்.

“டாடி! சின்ன வயசிலிருந்து நான் கேட்டது எதையும் தர மறுக்காத நீங்கள் நான் உயிருக்குயிராக காதலிக்கும் கதிருக்குத் திருமணம் செய்து தர மறுத்து விட்டீர்கள். உங்கள் முடிவை நீங்கள் சொல்லி விட்டீர்கள்.

என் முடிவையும் கேட்டுக் கொள்ளுங்கள். மனசில் கதிரை வைத்துக் கொண்டு வேறு யாரையும் நான் திருமணம் செய்து கொள்ள மாட்டேன். காலமெல்லாம் கன்னியாக வாழ்வதாக முடிவு செய்து வீட்டை விட்டுப் போகிறேன். இதே ஊரில், உங்கள் கண்ணெதிரிலேயே, தான் இருக்கப் போகிறேன். என் எதிர்காலத் துணை பற்றியும் தெளிவாக முடிவு செய்து விட்டேன். எங்கள் பேங்க் அட்டெண்டருக்கு மூன்றாவதாக ஒரு குழந்தை பிறக்கப் போகிறது... அவர்களுடைய வசதிக்கு மூன்றாவதாக ஒரு குழந்தையை வளர்க்க முடியாது. யாராவது குழந்தை இல்லாதவர்கள் கேட்டால் தத்து கொடுத்து விடலாம் என்ற யோசனையில் இருக்கிறார்கள். ஆணோ, பெண்ணோ எந்தக் குழந்தையாக இருந்தாலும் சரி, அந்தக் குழந்தையை நான் தத்து எடுத்து என் குழந்தையாக வளர்க்கப் போகிறேன். திருமணமாகாத நான் ஒரு குழந்தையோடு இருந்தால் ஊர் என்னைத் தப்பாகப் பேசும்தான். பேசட்டும், ஆனால் அதற்காக நான் கவலைப் படப் போவதில்லை" என்று

அம்மாவுக்கும், அப்பாவுக்கும் இமெயில் அனுப்பி விட்டாள்.

எங்கே அடித்தால் தந்தைக்கு வலிக்குமோ அங்கே அடித்தாள். பேங்கிலிருந்து வீட்டுக்கு வராமல் நேராகக் கல்லூரி ஸ்னேகிதி மாதவியின் வீட்டுக்குப் போய்த் தங்கி விட்டாள்.

நந்தினிக்கு அவளுடைய மெயிலைப் பார்த்து சிரிப்புதான் வந்தது. நந்தினிக்குத் தெரியும். கழுதை கெட்டால் குட்டிச் சுவர் என்பது போல வந்தனாக்கு கோபம் வந்தால் மாதவியிடம் தான் போவாள் என்பதும், அவள் கோபத்தை ஆற்றுப் படுத்தியோ, இல்லை அதிகப் படுத்தியோ அனுப்புவது மாதவிதான் என்பதும்! அதனால் நந்தினி பெரிதாக அலட்டிக் கொள்ளவில்லை. ஆனால் முரளி அப்படி இல்லையே! வந்தனா மெயிலில் எழுதியது போல செய்து விட்டால் அவருடைய ப்ரெஸ்டீஜ் என்னாவது? ஊருக்கெல்லாம் நல்லவன் வேஷம் போட்டுத் திரியும் முரளிக்குச் சொந்த மகளால் ஒரு அவமானம் ஏற்படுவதைத் தாங்க முடியுமா என்ன? மெயிலைப் பார்த்த முரளி

அதிர்ந்து போய் உடனே கிளம்பி இந்தியா வந்து விட்டார். நந்தினியிடம் வந்து கோபத்தில் வானத்துக்கும் பூமிக்குமாகக் குதித்தவர் வந்தனா வீட்டுக்கு வராமல் தோழியின் வீட்டில் தங்கி விட்டாள் என்று தெரிந்ததும் நந்தினியைப் பார்வையாலேயே எரித்து விட்டார். நந்தினியும் எதிர்த்து ஏதும் பேசாமல் அவருடைய கோபம் தணியட்டும் என்று விட்டு விட்டாள். மனிதர் தாமாகவே கொஞ்சம் ஆசுவாசப் படுத்திக் கொண்டு நந்தினியிடம் கதிர் பற்றியும், அவர்கள் குடும்பத்தைப் பற்றியும் கேட்டுத் தெரிந்து கொண்டவர், கதிரின் குடும்பம் மிடில் க்ளாஸ் என்பது தெரிந்த்தும் கொதி கொதித்துப் போனார். என்ன செய்வது? மகளின் பிடிவாதம்தான் தெரிந்த விஷயமாயிற்றே! நேரே மகளைப் பார்த்துச் சமாதானப் படுத்தி அழைத்து வரலாம் என்று மாதவியின் வீட்டுக்குப் போகப் பிடிவாதமாக அவரை சந்திக்க மறுத்து விட்டாள் வந்தனா. இயலாமையுடன் அங்கிருந்து புறப்பட்டவர் நேரே வந்தனாவின் பேங்க் அட்டண்டரைப் பார்த்துப் பேசி வந்தனா சொன்னது

உண்மைதானா என்று கேட்க ஆரம்பத்தில் எதுவும் தெரியாத மாதிரி நடித்துக் கொண்டிருந்தவன்...

"ஆமா அதுக்கு இன்னான்றே இப்பொ" என்று ஒருமையில் பேசத் தொடங்கினான். வந்தனாவின் மீதிருந்த கோபத்தை எல்லாம் அந்த அட்டெண்டர் மீது காட்டி, அவனை உண்டு, இல்லை என்று ஆக்கி விட்டார். ஆரம்பத்தில் அவருடைய, தோரணையையும் கோபத்தையும் பார்த்து மிரண்டு போன அட்டெண்டர் கொஞ்ச நேரத்திலேயே சுதாரித்துக் கொண்டு,

"யோவ் நான் ஒண்ணும் என் குழந்தைய வாங்கிக்க வாங்கிக்கனு உம் பொண்ணு கிட்ட போய்க் கெஞ்சல! நான் என் சினேகிதக்காரனோட ஃபோன்ல பேசிகிட்டு இருந்ததக் கேட்டு. அதுவாத்தான் எங்கிட்ட வந்து கேட்டுது! நாங்கூட கல்யாணமாகாத உனக்கு எதுக்குமா குழந்தைனு கூட கேட்டேனே! அதெல்லாம் அப்புறமா சொல்றேன் ஆறுமுகம். இப்போதைக்கு இந்த விஷயம் ரகசியமா இருக்கட்டும்னு பாப்பா

சொல்லிச்சே! யோவ்! மருவாதையா ஓடனே இங்கிருந்து ஓடிடு இல்லே? நாளைக்கு பேங்குல உம் பொண்ணு விஷயத்தை எல்லோர் எதிர்லயும் பப்ளிக்கா போட்டு ஒடைச்சிருவேன். என்ன செய்யட்டுமா" என்று முரளியை நன்றாக மிரட்ட அவமானத்தில் கூனிக் குறுகி வீட்டுக்கு வந்தவர், வந்தனா இனி தன் பேச்சைக் கேட்க மாட்டாள் என்பதைப் புரிந்து கொண்டார். (தான் அனுப்பிய மெயிலைப் பார்த்ததுமே அப்பா வெகுண்டெழுந்து வருவார் என்பதை வந்தனா கச்சிதமாகக் கணக்குப் போட்டு வைத்திருந்தாள். தன்னுடைய அப்பா வந்து விசாரித்தால் எப்படிப் பேச வேண்டும் என்று அட்டெண்டர் ஆறுமுகத்துக்கு ஸ்க்ரிப்ட் எழுதித் தந்ததே வந்தனாதான். அவனுடைய நடிப்புக்காக கணிசமான ஒரு தொகையும் தருவதாகச் சொல்லி இருந்ததால் அவனும் அசத்தலாக நடித்து விட்டான்.) இவர்களின் நாடகம் பற்றி எதுவும் தெரியாத முரளி கொஞ்ச நேரம் யோசித்தார். ஒரு முடிவுக்கு வந்த முரளி உடனே வந்தனாவுக்குப் ஃபோன் செய்தார். வேண்டுமென்றே பிடிவாதமாக அவருடன் பேச

மறுத்து ஃபோனைக் கட் செய்தபடியே இருந்தாள். முரளிக்குக் கோபம் தலைக்கேறியது. இப்படி ஒரு அடங்காப் பிடாரிப் பெண்ணைப் பெற்றதற்கு இதுவும் வேண்டும்! இன்னமும் வேண்டும்! எல்லாம் இந்த நந்தினியின் அசட்டையான வளர்ப்பினால்தான் என்று மனதுக்குள் தோன்றியதே தவிர, அப்போதும் கூடத் தான்தான் அளவுக்கு அதிகமாக செல்லம் கொடுத்து மகளைக் குட்டிச்சுவராக்கி வைத்திருக்கிறோம் என்று அவருக்குத் தோன்றவே இல்லை. வேறு வழியில்லாமல் மாதவிக்குப் ஃபோன் செய்து

கதிரை வீட்டுக்கு வரவழைத்துப் பேசிப் பார்ப்போம். அவனை எனக்குப் பிடித்தால், அவன் வீட்டோடு மாப்பிள்ளையாக இருக்கச் சம்மதித்தால், நான் இந்தக் கல்யாணத்திற்கு சம்மதிக்கிறேன். இந்த விவரத்தை வந்தனாவுக்கு சொல்லி உடனே வீட்டுக்கு அனுப்பும்படி மாதவியிடம் சொல்ல, அதைக் கேட்ட வந்தனாவும் கதிரைத் தன் அப்பாவுக்குப் பிடிக்கும் என்ற

நம்பிக்கையுடனும், தன் பேச்சைக் கதிர் தட்டமாட்டான் என்ற இறுமாப்புடனும் கிளம்பி வீட்டுக்கு வந்தாள்.

8

வந்ததும் வராததுமாகக் கதிருக்கு ஃபோன் செய்து வீட்டுக்கு உடனே வரச் சொல்ல, கதிர் தான் ஒரு முக்கிய வேலையாக இருப்பதால் உடனே வர முடியாது, மறுநாள் காலைதான் வர முடியும் என்று சொல்லி விட்டான்.

“என்னடா! நான் சொல்றதுக்கு மறு பேச்சு பேச மாட்டான் கதிர் னு பெருமை அடிச்சுகிட்ட அவ்வளவுதானா” என்கிற ரீதியில் முரளி வந்தனாவைப் பார்க்க அவளோ சீறி வரும் எரிமலை போல முகத்தைக் கடுகடுவென்று வைத்துக் கொண்டாள். இவர்கள் இருவரின் நடவடிக்கையைப் பார்த்து நந்தினி மௌனமாகத் தலையில் அடித்து கொண்டாள். அவளால் முடிந்தது அவ்வளவுதான். வாயைத் திறந்து பேசி திரும்பவும் ஒரு பஞ்சாயத்தை எதிர்கொள்ள அவள் தயாராக இல்லை. வந்தனா என்ன செய்தாலும், நந்தினிக்கு மகளை வளர்க்கத்

தெரியவில்லை என்று முரளி குத்தி காண்பிக்கத் தவறுவதில்லை.

நடந்த எல்லா விஷயங்களையும் விவரமாக நந்தினி ஃபோன் செய்து சொல்லி விட்டதால் மறு நாள் காலை தெளிவான ஒரு மன நிலையுடன்தான் கதிர் வந்தனாவை சந்திக்க வந்தான். வந்தனா எத்தனை பிடிவாதம் பிடித்தாலும் அவளுடைய திட்டத்துக்கு சம்மதிக்க வேண்டாம் என்று கதிரைக் கெஞ்சி கேட்டுக் கொண்டதோடு, வந்தனாவைத் திருத்தவும் இதுதான் சரியான சந்தர்ப்பம் என்றும் நந்தினி சொன்னதால்... அமைதியாக முரளியை எதிர் கொண்டான் கதிர். அவருடைய பந்தாவான, திமிரான பல கேள்விகளுக்குச் சிரித்த முகம் மாறாமல் பதில் சொல்ல முரளியின் மனதில் ஏக சந்தோஷம்! ஆஹா! நம்ம பொண்ணு சரியான தலையாட்டி மாப்பிள்ளையாதான் தேர்ந்தெடுத்திருக்கா. இவனை ரொம்பச் சுலபமா நம்ம வழிக்குக் கொண்டு வந்துரலாம் போலிருக்கே! நம்மை விடப் பணக்கார மாப்பிள்ளையா கொண்டு வந்து அவனுக்கு “ஆமாம் சாமி”

போடறதுக்குப் பதிலா, நமக்கு ஜால்ரா தட்டுற மிடில் க்ளாஸ் மாப்பிள்ளைதான் தேவலை" என்ற முடிவுக்கு வந்து விட்டார்.

"சரி வந்தனா எனக்குக் கதிரை ரொம்பப் பிடிச்சிருக்கு. என்னோட ஒரே ஒரு கண்டிஷனுக்கு கதிர் ஒத்துகிட்டார்னா முகூர்த்தத்துக்கு தேதி குறிச்சிடலாம். என்னோட கண்டிஷனை நீயே மாப்பிள்ளைக்கு சொல்லு" என்று மாப்பிள்ளைக்குக் கொஞ்சம் அழுத்தம் கூட்டியே சொல்ல, வந்தனாவுக்குத் தரையில் கால் பாவவில்லை. அவளும் கொஞ்சம் திமிராகவே கதிர் ஒத்துக்காம எங்க போகப் போறான் என்ற ஏராளமான எதிர்பார்ப்பில் முரளியின் கண்டிஷனை சொல்ல அதைக் கேட்டதும் கதிர் வாய் விட்டுச் "சிரி, சிரி" என்று சிரித்தான்.

"என்னடா நான் என்ன காமெடி தர்பாரா நடத்தறேன்? எதுக்கு இப்பிடி சிரிக்கிற" என்று வந்தனா கதிரிடம் எகிற, மேலும் அடக்க முடியாமல் சிரித்தவன்

“காமெடி இல்லாம என்ன வந்தனா? இந்தக் கண்டிஷனுக்கு நான் சம்மதிப்பேன்னு எப்படி நீயும் உன் டாடியும் எதிர் பார்த்தீங்க? ஸாரி வந்தனா உன் டாடிக்கும் உனக்கும் சொல்லிக்கிறேன். எந்த ஒரு சூழ்நிலையிலும் நான் இந்தக் கண்டிஷனுக்கு சம்மதிக்க மாட்டேன். கல்யாணமாகி நீ எங்க வீட்டு மருமகளா எங்க வீட்லதான் வாழணும். ஏன்னா பல தலைமுறைகளா கூட்டுக் குடும்ப பாரம்பர்யத்தை விடாத குடும்பம் எங்களோடது. எங்க தாத்தா, பாட்டி இருந்தவரைக்கும் அவங்க சம்மதமில்லாம எங்க வீட்ல எந்த ஒரு காரியமும் நடக்காது. நல்லவேளையா அவங்க ரெண்டு பேரும் காலமாகிட்டாங்க. அவங்க இருந்திருந்தா நான் இந்த மாதிரி காதலிச்சுக் கல்யாணம் பண்ணிக்கிறதை ஏத்துக்கவே மாட்டாங்க. சொந்தத்துலதான் பொண்ணு பாப்பாங்க. இதுக்கு நீங்க சம்மதிச்சா நம்ம கல்யாணத்தைப் பத்தி நான் எங்க வீட்ல பேசறேன்அதுவும் மொதல்ல எங்க அம்மா, அண்ணன்கிட்ட சொல்லி அவங்க மூலமா எங்கப்பாகிட்ட பக்குவமா பேசணும்.

எடுத்தேன், கவிழ்த்தேன்னு எதுவும் பண்ணிட முடியாது. எனக்கு ஃபேக்டரியில கொஞ்சம் ப்ரச்னை போய்கிட்டிருக்கு அதனால நான் உடனே கௌம்பணும்... நீங்க நிதானமா கலந்து பேசி ஃபோன் பண்ணுங்க ஒண்ணும் அவசரமில்ல" என்று முரளியை அதிர வைத்து, வந்தனாவைப் பதற வைத்து, நந்தினியைப் புன்னகைக்க வைத்து விட்டுக் கிளம்பியே விட்டான். வந்தனா முகமெல்லாம் கோபத்தில் சிவந்து போக அப்படியே சோஃபாவில் சாய்ந்தவள்தான்.

கதிர்..கதிரா..இப்படி.ஆணியடித்த மாதிரிப் பேசி விட்டுப் போகிறான். நம்மிடம் பேசும் போது "உம்" கொட்டுவதைத் தவிர வேறொன்றும் சொல்லாத கதிரா இப்படிப் பேசி விட்டுப்போகிறான்?

இப்போது என்ன செய்வது? என்று யோசித்தவள்,முரளியிடம்..

அப்பா உங்க கண்டிஷனுக்கு கதிர் சம்மதிக்காதது எனக்கு அதிர்ச்சியாதான் இருக்கு. விடுங்க என் தலையில் எப்படி எழுதி இருக்கோ அப்படியே நடக்கட்டும்! என்று

விரக்தியாகக் கூறி விட்டுத் தன் அறைக்குள் போய் கதவைச் சாத்திக் கொண்டாள். நாள் முழுக்கப் பச்சைத் தண்ணீர் கூட இல்லாமல் ரூமில் அடைந்து கிடந்த செல்ல மகளைப் பார்க்கப் பார்க்க இதெல்லாம் தேவைதானா இவளுக்கு என்று பற்றிக் கொண்டு வந்தது முரளிக்கு! இதற்கெல்லாம் காரணம் கதிர்தானே என்று நினைக்க நினைக்க மகள் மேல் பச்சாதாபம் தோன்ற கோபம் இப்போது கதிர் மீது திரும்பியது. துபாயில் தான் பார்த்து வைத்திருக்கும் மில்லியனர் மாப்பிள்ளைக்குக் கால் தூசு கூடப் பெறாத இந்த மிடில் க்ளாஸ் கதிர் தன் மகளை அழ வைப்பதா?

“இருடா கதிர். உன்னை அழவைக்காமல் நான் விட மாட்டேன்”

கூட்டுக் குடும்பமாம், தாத்தா, பாட்டியாம்... எந்த யுகத்தில் இருக்கிறான் இவன்? இத்தனைக்கும் இஞ்சினீயரிங் படித்தவன். ஒரு பாமரனைப் போலப் பேசி விட்டுப் போகிறானே! உன்னை உன் கூட்டுக் குடும்பத்திலிருந்து எப்படி பிரிக்கிறேன்னு மட்டும் பார்” என்று மனசுக்குள் கறுவிக்

கொண்டவர்,கதிரின் வீட்டுக்குப் புறப்பட்டார். நந்தினியையும் உடன் வரும்படி அழைக்க நந்தினி இப்போது அங்கே போக வேண்டாம், கதிர் முதலில் அவர்கள் வீட்டில் பேசட்டும். பிறகு தாங்கள் போனால்தான் விஷயம் சுமுகமாக முடியும் என்று எத்தனை மன்றாடியும் கேட்காமல், “நீ வரலேன்னா இங்கேயே கிட. நான் போய்ப் பேசிட்டு வர்றேன்” என்று கிளம்பி விட்டார். அவரைத் தனியாக அனுப்பினால் பெரியவர்களிடம் மரியாதையாகப் பேச மாட்டார். மமதையுடன் தான் பேசுவார் என்று தானும் கூடக் கிளம்பினாள். கதிரிடம் விஷயத்தைச் சொல்லி விடலாம் என்று பார்த்தால் அவன் ஃபோன் ஸ்விட்ச் ஆஃப்!

கதிரின் வீடு போய்ச் சேரும் வரை அவர்களைப் பற்றி,அவர்கள் கூட்டுக்குடும்ப வாழ்க்கை பற்றிக் கேலியும், கிண்டலுமாகப் பேசிக் கொண்டே வந்தார் முரளி. நந்தினி மறந்தும்கூட வாயைத் திறக்கவில்லை. எப்படா கதிரின் வீடு வரும், இந்த மனுஷனின் தொணதொணப்பிலிருந்து விடுதலை

கிடைக்கும்? என்று முள்ளின் மேல் உட்கார்ந்திருப்பது போலத் தவித்து விட்டாள்.

ஒரு வழியாக கதிரின் வீடு வந்து விட நிம்மதிப் பெருமூச்சு விட்டபடி வீட்டைப் பார்வையிட்டாள். ரொம்பப் பெரிய வீடுதான். ஆனால் பழங்காலத்து வீடு. பெரிய வாசல், அதில் கண்ணைப் பறிக்கும் அழகிய கோலம், அழகுக்கு அழகு சேர்க்கும் துளசி மாடம், முன் கதவுக்கு இரு புறமும் அகன்ற திண்ணை, முற்றம், தொட்டி. சுற்றிலும் பல அறைகள், ரெட் ஆக்சைடால் இழைத்த தரை, புழக்கடைத் தோட்டம், கிணறு என்று பரந்து விரிந்த வீடு. துப்புரவாகப் பசுஞ் சாணத்தால் மெழுகி, சுண்ணாம்பும், காவியும் கரை கட்டி ஒரு கிராமத்து வீட்டுக்குள் வந்த உணர்வைத் தோற்றுவித்தது! பார்க்கும் இடமெல்லாம் சுத்தமாக அழகாகக் "**கிளி கொஞ்சுகிறது**" என்பார்களே அது போல இருந்தது! ஆனால் முரளிக்கு வீட்டின் விஸ்தீரணமோ, தூய்மையோ, வீட்டின் மங்களகரமோ எதுவும் கண்ணுக்குத் தெரியவில்லை. மூளைக்கும் எட்டவில்லை! பழங்காலத்து வீடு இந்த

வீட்டில் எப்படி நம் செல்ல மகள் வாழ்க்கை நடத்துவாள் என்ற பெரிய கேள்வி முரளியின் மனசில் எழும்பியது. ஆனால் உடனே! நம்ம மகள் எதற்கு இங்கே இருக்கப் போகிறாள்? கதிர்தானே நம்ம வீட்டுக்கு வரப் போகிறான் என்ற அகம்பாவம் தோன்ற உடனே அவர் முகத்தில் கர்வமும் நடையிலும், உடல்மொழியிலும் ஒரு மிடுக்கும் கூடியது. நந்தினியோ வாவ்! என்ன அழகான வீடு. இப்படி ஒரு வீட்டில் வாழ்வதற்கு வந்தனா கொடுத்து வைத்திருக்க வேண்டுமே என்று மனமகிழ்ந்து போனாள்.

9

திடீரென இப்படிப் பெண்வீட்டுக்காரர்கள் வந்து கதிர், வந்தனா காதல் விஷயத்தைப் போட்டு உடைத்ததும், கதிரைப் பெற்றவர்களுக்கு அதிர்ச்சிதான் என்றாலும், கதிர் எது செய்தாலும் சரியாக இருக்கும் என்ற நம்பிக்கையில் மனசுக்குள் சந்தோஷமடைந்தார்கள். கதிர் வரட்டும், வந்த பிறகு மற்றவற்றைப் பேசிக் கொள்ளலாமென கதிரின் அப்பா சொல்ல

“அதுக்கென்ன? மாப்பிள்ளை வர்றப்ப வரட்டும். அதுக்குள்ள நான் ஒரு முக்கியமான விஷயத்தைப் பத்திப் பேசணும்” என்று நந்தினி எத்தனை தடுத்தும் கேட்காமல் முரளி பந்தாவாக “எங்களுக்கு வந்தனா ஒரே பொண்ணு. ரொம்பச் செல்லமாக வளத்துட்டோம். ஏகப்பட்ட ஃபாரின் மாப்பிள்ளைகள் வரிசை கட்டி நிக்கிறாங்க. ஆனா அவ உங்க மகனை விரும்பிட்டா...

இப்பக் கூட அவ விரும்பறாங்கிற ஒரே காரணத்துக்காகத்தான் நாங்க இங்க வந்து பேசிகிட்டு இருக்கோம். எங்க பொண்ணைப் பிரிஞ்சு எங்களால இருக்க முடியாது அதனால் கதிரை எங்க வீட்டோடு மாப்பிள்ளையாக வெச்சுக்கலாம்னு முடிவு செஞ்சிருக்கோம் "எனக் கொஞ்சம் கூட பண்பாடில்லாமல் பேச அதுவரைக்கும் முரளியின் பந்தாவும், அலட்டலும் ரொம்பவே இம்சை செய்தாலும், புன்னகை மாறாமல் சாந்தமூர்த்தியாகப் பேசிக் கொண்டிருந்த கதிரின் அப்பா ருத்ரமூர்த்தியாக அவதாரம் எடுத்து விட்டார்.

"நீங்க இத்தனை தூரம் உங்க அந்தஸ்தைப் பாக்காம எங்க வீட்டுக்கு வந்ததுக்கு ரொம்ப நன்றி! இந்த விஷயத்தை நாம் இத்தோட விட்டுரலாம். நீங்க உங்க பொண்ணுக்கு உங்க அந்தஸ்துக்குத் தகுந்தாப்புல பெரிய இடத்து மாப்பிள்ளையா விலை கொடுத்து வாங்குங்க. உங்க வீட்லயே வெச்சுக்கோங்க. நாங்க அதுக்கெல்லாம் சரிப்படமாட்டோம். அப்ப கௌம்பறீங்களா" என்று எழுந்து நின்று கை குவிக்க,

ஆம்பிளைப் புள்ளையப் பெத்துட்டான்னு எத்தனை திமிரு இவனுக்கு இரு, இரு கல்யாணம் முடியட்டும் அப்புறம் இருக்கு உனக்குக் கச்சேரி. உம்மகனை உங்ககிட்ட இருந்து பிரிச்சு கூட்டிட்டு வரல, அப்புறம் எம் பேரு முரளி இல்ல! என்று கோபத்துடன் மனசுக்குள் கறுவிக் கொண்டு. யாரிடமும் ஒரு மரியாதைக்குக் கூட சொல்லிக் கொள்ளாமல் வேகமாக எழுந்து வெளியில் வந்து காரில் ஏறி கார் கதவைப் படாரென்று சாத்தித் தன் பிரசித்தி பெற்ற கோபத்தைப் பறை சாற்றிக் கொண்டார்.

நடுத்தரக் குடும்பம் என்றாலும் சுயமரியாதையுடன் இருக்கும் அந்தக் குடும்பத்தின் மீது மரியாதை அதிகமாக, எல்லோருக்கும் நன்றியும், வணக்கமும் சொல்லி மஞ்சள் குங்குமம் பெற்றுக் கொண்டு விடை பெற்றுச் சென்றாள் நந்தினி.

வீடு போய்ச் சேரும் வரை மனைவியிடம் ஒரு வார்த்தை கூடப் பேசாமல் இருந்த முரளி இரவெல்லாம் யோசித்து மனசுக்குள் ஒரு திட்டத்தை உருவாக்கிக் கொண்டார்.

காலையில் எழுந்து வந்தனாவை அழைத்துக் கதிரின் நிபந்தனைக்கு ஒத்துக் கொள்வதாகவும், கதிரின் பெற்றோர்கள் சம்மதித்தால் உடனடியாகத் திருமணத்தை நடத்தி விடலாம் என்றும் புன்னகையோடு சொல்ல, வந்தனா "டா...டீ" என்று ஓடி வந்து அப்பாவைக் கட்டிக் கொண்டாள். ஆனால் நந்தினிக்குத் தெரியும் முரளியின் மனசுக்குள் ஏதோ ஒரு திட்டம் உருவாகி இருப்பது.

கதிரின் ஃபேக்டரியில் கொஞ்சம் தொழிலாளர் ப்ரச்னை ஓடிக் கொண்டிருந்ததால் சில தினங்களாக அவன் வீட்டுக்கு மிகவும் தாமதமாகத்தான் வந்து கொண்டிருந்தான். அவன் வீட்டுக்கு வரும் போது எல்லோருமே தூங்கி விட்டிருப்பார்கள் அவன் அண்ணி மைதிலியைத் தவிர. கதிர் எத்தனை சொன்னாலும் கேட்காமல் அவன் குளித்து விட்டு வருவதற்குள் சுடச் சுட இட்லியோ, தோசையோ இல்லை சப்பாத்தியோ செய்து கொடுத்து அவன் சாப்பிட்ட பிறகுதான் தூங்கப் போவாள். அன்று கதிர் ரொம்பவே தாமதமாகக் கிட்டத்தட்ட விடியும் பொழுதில்

வீட்டுக்கு வந்தபோதும் குடும்பத்து மனிதர்கள் அனைவருமே அவனுக்காகக் காத்திருந்தது கதிருக்கு ரொம்பவே ஆச்சர்யமாக இருந்தது. அதுவும் அவனுடைய அப்பா ஏதோ மனக் கவலையில் இருப்பது அவருடைய முகத்தில் தெள்ளத் தெளிவாகத் தெரிந்ததும் கதிரை சஞ்சலமடையச் செய்தது.

“என்னப்பா எல்லோரும் முழிச்சுகிட்டிருக்கீங்க? ஏதாவது விசேஷமா” என்று கேட்டுக் கொண்டே உள்ளே வர கதிரின் தம்பி.

“அம்மா! மாப்பிள்ளை வந்துட்டார்” என்று முரளியின் குரலில் மிமிக்ரி செய்யக் கதிருக்கு விஷயம் என்ன என்பது தேங்காயை உடைத்தாற் போல பட்டென்று விளங்கி விட்டது. முரளி உடனடியாகத் தன் வீட்டுக்கே வந்து இப்படி அதிரடியாகத் தங்கள் காதல் விஷயத்தைப் போட்டு உடைப்பார் என்று கதிர் கொஞ்சமும் எதிர்பார்க்கவில்லை. நடந்த விஷயங்களை மைதிலி கோர்வையாகச் சொல்லி முடிக்க, சில வினாடிகள் மௌனம் காத்த கதிர் ஆரம்பத்திலிருந்து நடந்த

விஷயங்களை சொல்லித் தன் காதல் இப்படி ஒரு தர்மசங்கடத்தை எல்லோருக்கும் ஏற்படுத்தி விட்டதற்காக அனைவரிடமும் மன்னிப்பு கேட்டுக் கொண்டான்.

முரளியின் அப்பாவின் நிபந்தனைக்குத் தான் ஒத்துக் கொள்ள முடியாது என்பதைத் திட்ட வட்டமாக சொல்லியும் முரளி தன் குடும்பத்தினருக்கு இப்படி ஒரு தர்மசங்கடத்தை ஏற்படுத்தி விட்டாரே என்ற கோபமும், வருத்தமும் கதிரின் முகத்திலும், பேச்சிலும் அப்பட்டமாகத் தெரிய, கதிரின் அண்ணனுக்கு மனசு ரொம்பவே நெகிழ்ந்து விட்டது... தம்பியைத் தோளோடு தோள் சேர்த்து அணைத்துக் கொண்டவன்,

“வீணா மனசைப் போட்டு ஒழப்பிக்காதடா தம்பி! அந்தப் பணக்காரப் பெரிய மனுசன் தன்னோட கண்டிஷனை விட்டுக் குடுத்திட்டா உனக்கும் வந்தனாவுக்கும் ஜாம்... ஜாம்னு கல்யாணத்தை நடத்திடலாம்” என்று சொல்லித் தம்பியை தேற்றினான்.

அதைக் கேட்டு, வேதனையோடு புன்னகைத்த கதிர்,

"விடுங்கண்ணா... நான் ஒண்ணும் அதுக்காக எல்லாம் கவலைப் படல... அம்மாவும் அப்பாவும் பாவம்... என்னாலதானே இவ்வளவு வேதனைக்கு ஆளாகிட்டாங்க! அதுதான் எனக்கும் மனசு தாங்கல.." என்று சொல்லி விட்டு.

"அப்பா நீங்க இத்தனை நேரம் கண் முழிச்சு ஒடம்பைக் கெடுத்துக்கலாமாப்பா, நீங்க போய்த் தூங்குங்க. அம்மா நீங்களும்தான்" என்று அன்போடு கடிந்து கொண்டவன் தளர்ந்த நடையில் தன்னறை நோக்கி நடப்பதைப் பார்த்த மைதிலியின் கண்களில் தாய்மையின் தவிப்பு.

ஆனால் விடிந்து கொஞ்ச நேரத்திலேயே எந்த நிபந்தனையும் இல்லாமல் திருமணத்திற்கு சம்மதம் சொல்லி முரளி ஃபோன் செய்ய, அனைவர் முகத்திலும் சந்தோஷக் களிப்பு.

இப்படி இரண்டு பக்க எதிர்ப்புகளுக்குப் பிறகு கதிர், வந்தனா காதல்... கல்யாணத்தில்

முடிந்தது. கல்யாணத்துக்கு முன்பும் சரி.. கல்யாணத்துக்குப் பின்னும் சரி முரளி கதிரின் வீட்டுப் பக்கம் வரவே இல்லை! வந்தனாவிடம் கல்யாணத்திற்கு சம்மதம் சொன்ன போதே எவ்வளவு சீக்கிரம் முடியுமோ... அவ்வளவு சீக்கிரம் கதிரை அவர்கள் வீட்டாரிடமிருந்து பிரித்து கொண்டு வந்து விடுவதாக சபதமிட்டார். வந்தனாவும் முடிந்தவரை அந்த வீட்டில் ஏதாவது ரகளை செய்து அந்த வீட்டு ஒற்றுமையை கலைக்க வேண்டும் என்று அற்பத்தனமாக வந்தனாவுக்கு சொல்லிக் கொடுத்தார். வந்தனாவுக்கு இதெல்லாம் சொல்லி வேறு தர வேண்டுமா என்ன? சும்மா... தூள் கிளப்பி விட மாட்டாளா என்ன? போதாக் குறைக்கு வந்தனாவிடம் ஃபோனில் பேசிப்பேசி அவளுடைய புகுந்த வீட்டைப் பற்றியும், புகுந்த வீட்டாரைப் பற்றியும் கிண்டலாகப் பேசி வந்தனாவைத் தூண்டி விட்டுக் கொண்டே இருந்தார். இதெல்லாம் சாடைமாடையாக நந்தினிக்குத் தெரிய வர அவள் வந்தனாவுக்கு எத்தனையோ புத்திமதி சொல்லியும் அதெல்லாம் செவிடன் காதில் ஊதிய சங்காக காற்றோடு போனது. கதிரை

குறிப்பிடும் போதெல்லாம் சும்மா மாப்பிள்ளை என்று சொல்லாமல் "பட்டிக்காட்டு மாப்பிள்ளை" என்று சொல்லிக் காட்டுவார். அமைதியாக, சுயமரியாதையுடன், யார் மனமும் புண்படாமல் நடந்து கொள்வது பட்டிக்காட்டுத்தனமாம் அவரது அகராதியில்! அப்பாவுக்கும், மகளுக்குமாகத் தனியாக ஒரு அகராதியே வைத்திருக்கிறார்கள்.

10

கல்யாணமானதும் அப்பாவும், மகளும் போட்டு வைத்த திட்டப்படி கதிரிடம் புதிது புதிதாகக் குறைகளைக் கண்டு பிடிக்கத் தொடங்கினாள் வந்தனா . "இஞ்சினீயரிங் படிச்சவன்தானே நீ? எங்கம்மா, அப்பாவை ஆன்ட்டி, அங்கிள் னு கூப்பிடாம அத்தை, மாமானு பட்டிக்காட்டுக் காரங்க மாதிரி கூப்புடுற? என்னதான் படிச்சாலும் உன் குடும்பம் பட்டிக்காட்டு குடும்பம்தானே" என்று வெறுப்பேற்றுவாள்.

"இத்தனாம் பெரிய வீட்டை ப்ரொமோடர்ஸ் கையில ஒப்படைச்சா பெரிய வீடு, ஷாப்பிங் மால்னு நவ நாகரிகமா கட்டித் தந்துருவாங்க. வருமானத்துக்கு வருமானம், நாமும் மத்தவங்க மாதிரி மாடி வீட்டுல ஆடம்பரமா வாழலாம். அதுவும் நமக்கு எத்தனை ஃப்ளாட் வேணுமோ அத்தனை வாங்கிக்கலாம். நம்ம நாலு பேருக்கும் நாலு ஃப்ளாட் அவங்கவங்க தனியா இஷ்டம் போல இருக்கலாம். ஏன்

லேட்டா வர்றேனு யாரும் கேக்க மாட்டாங்க, ஏன் வேலை செய்யலேன்னும் கேக்க மாட்டாங்க. சுதந்திரமா இருக்கலாம். அதை விட்டுட்டு பரம்பரை, பாரம்பரியம்னு போர் அடிக்கிறீங்க" என்பாள். அவள் என்ன சொன்னாலும் ஒரு புன்னகைதான் பதிலாக வரும் கதிரிடமிருந்து. "பணக்கார வீட்டுப் பொண்ணுடா, கொஞ்ச நாள்ல மருமகளை இந்த வீட்டு சூழ்நிலைக்கேத்த மாதிரி மாத்திக்கலாம்" என்று பாசிடிவாக நினைத்து அவள் எது பேசினாலும் அனுசரித்துப் போகும்படி கதிருக்கு அவன் அம்மா, அப்பா இருவரும் அறிவுரை சொல்லி இருந்ததால், கதிரும் விட்டுப் பிடிப்போம் என்ற எண்ணத்தில் அமைதியாக இருந்தான். ஆனால் அதையே தனக்கு அட்வான்டேஜாக எடுத்துக் கொண்டு வந்தனா செய்த அட்ராசிடி! அப்பப்பா... எத்தனை பொறுமையானவர்களாலும் தாங்க முடியாது.

பிறந்த வீட்டில் பெற்றவர்கள் எது கேட்டாலும் உடனுக்குடன் நிறைவேற்றி வைத்து விடுவதால் புகுந்த வீட்டிலும் அப்படியே

வந்தனா எதிர்பார்க்க, மூத்த மருமகள் அனுசரணையாக. விட்டுக் கொடுப்பவளாக இருந்ததால், முடிந்த வரை அவர்களும் வந்தனாவின் விருப்பங்களைப் பூர்த்தி செய்தார்கள்தான். கதிர், வந்தனாவுக்காக மாடியில் நவீன வசதிகளுடன் கூடிய ஒரு பெரிய படுக்கையறையைக் கட்டிக் கொடுத்தார்கள். இதை முரளி எதிர்பார்க்கவே இல்லை. வீட்டைக் காரணம் காட்டி சண்டை இழுக்கச் சொல்லி மகளைத் தூண்டி விட்டவர் அவர்தானே! வேறென்ன செய்யலாம் என்று தன் கிரிமினல் மூளையைத் தட்டி விட்டவருக்கு ஒரு யோசனை தோன்ற. வந்தனா, கதிர் கல்யாணம் முடிந்து ஒரு ஆறு மாதமிருக்கும். திடுதிப்பென்று இந்தியா வந்த முரளி அதிசயமாக மகளைப் பார்க்க கதிரின் வீட்டுக்கே வந்து நின்றார். எல்லோருக்கும் ஒரே சந்தோஷம்! அடடா! வராத மனிதர் வாசலில் வந்து நிற்கிறாரே என்று எல்லோரும் வாசலுக்கே வந்து வரவேற்க மிதப்பாக உள்ளே வந்தார் முரளி. வந்ததும், வராததுமாக கதிருக்கு துபாயிலயே ஒரு பெரிய பன்னாட்டு நிறுவனத்தில் கௌரவமான ஒரு வேலை

கிடைத்திருப்பதாகவும், பதினைந்து நாளில் அந்த வேலையில் சேர வேண்டும் என்பதால் பாஸ்போர்ட், விசா முதலியவற்றை விரைந்து முடிக்க வேண்டியிருக்கும் என்று சொல்ல... இல்லையில்லை கட்டாயப் படுத்த அதிர்ந்து போனது மொத்தக் குடும்பமும். கதிரின் தம்பிக்கும் திருமணம் நிச்சயமாகித் திருமணத்திற்கு இரண்டு மாதமே இருக்க கதிர்தான் ஓடி ஓடித் திருமண வேலைகளைக் கவனித்து வந்தான். அத்தோடு வந்தனாவும் மூன்று மாதக் கர்ப்பிணியாக இருந்தாள். கதிரின் அண்ணனுக்குத் திருமணமாகி ஐந்து வருடங்கள் ஆகியும் குழந்தைகள் இல்லை. அதனால் வந்தனாவுக்கு நாள் தள்ளிப் போனதிலிருந்தே எல்லோரும் அவளை உள்ளங்கையில் வைத்து தாங்கிக் கொண்டிருந்தார்கள்.

“இத... இத... இதத்தான் எதிர்பார்த்தேன்” என்கிற ரீதியில், வந்தனாவும் தலையில் கொம்பு முளைக்காத குறையாக ஏதோ இந்த உலகத்திலயே அவளுக்கு மட்டுமே குழந்தை வரம் கிடைத்திருப்பதாகப் பெரிதாக அலட்டிக்

கொண்டாலும், கதிரின் குடும்பம் அதைப் பெரிதாகப் பொருட்படுத்தவில்லை. பேரக் குழந்தைக்காகத் தவமிருக்கும் அந்தக் குடும்பத்திலிருந்து வந்தனாவையும், கதிரையும் பிரித்து, இல்லைப் பறித்துக் கொண்டு போக வந்திருக்கும் முரளியை அந்த வீட்டு சம்மந்தியாக, நினைக்க முடியவில்லை அந்தக் குடும்பத்தினரால்! ஏதோ ஒரு அசுரனைப் பார்ப்பது போலத்தான் பார்த்தனர். கோபத்திலும், அதிர்ச்சியிலும் மௌனமாகிக் கிடந்த கதிர்தான் முதலில் வாய் திறந்தான்.

11

"மாமா நீங்க எந்த எண்ணத்தில் இப்படி ஒரு முடிவைத் திடீர்னு வந்து சொல்றீங்கன்னு எனக்குத் தெரியலை! ஆனா என்னைப் பொறுத்த வரையில் அது எனக்கு நல்லதில்லை. நானோ, வந்தனாவோ இதுக்கு உடன்பட மாட்டோம்"

என்று சொல்ல... குறுக்கிட்ட வந்தனா,

"அது எப்படி எனக்கு உடன்பாடில்லனு நீயே முடிவு பண்ணுவே? நாம அப்பா சொன்ன மாதிரி துபாய் போறோம். இப்படி ஒரு அதிர்ஷ்டம் அடிச்சிருக்கு. அதைப் போய் வேணாம்னு சொல்ல, உனக்கு என்ன பைத்தியமா புடிச்சிருக்கு" என்று கத்த... அவளைப் பேச விடாமல் குறுக்கிட்ட கதிர்,

"ஓ.கே. நீ வேணும்னா உங்கப்பாவோட துபாய்க்கு கிளம்பு வந்தனா.நான் எந்த நிலையிலும் என் குடும்பத்தை விட்டு துபாய்

வரமாட்டேன் பணத்துக்காக உறவுகளை விட்டுட்டு வர்ற தப்பை நான் எப்போதும் செய்ய மாட்டேன். வெட்டு ஒன்று துண்டு இரண்டாகக் கதிர் சொல்லி விடக் கோபத்தில் அப்பாவோடு பிறந்த வீடு கிளம்பிப் போன வந்தனா ஒரு மாதம் போல் அங்கு தங்கி விட்டாள். கதிரின் அம்மா, “டேய் கதிர், போய் மருமகளை அழைச்சுகிட்டு வாடா” என்று பல முறை வற்புறுத்தியும் கதிர் அங்கு போக மறுத்து விட்டான். அங்கு போனால் அப்பாவும், மகளும் தன்னை மூளைச் சலவை செய்யப் பார்ப்பார்கள் என்பது கதிருக்குத் தெரியும் அதனால்.

“விடுங்கம்மா! விட்டுப் பிடிப்போம்” என்று அம்மாவை சமாதானப் படுத்தி விட்டு வந்தனாவின் அப்பா துபாய்க்கு கிளம்பும் வரை அந்தப் பக்கமே எட்டிப் பார்க்கவில்லை. அவர் ஊருக்கு கிளம்பிய செய்தியறிந்து வந்தனாவைப் பாக்க வந்தவனை எடுத்த எடுப்பிலேயே,

“இத்தனை நாள் என்னைப் பாக்க வரணும்னு உனக்குத் தோணல இல்ல... இப்ப மட்டும் எதுக்கு வந்தே” என்று சீறினாள்!

“உன்னைக் கவனிச்சிக்கத்தான் உன்னோட மம்மி, டாடி இருக்காங்களே, நான் எதுக்கு? இதே நம்ம வீடா இருந்தா நான் உன்னைக் கவனிச்சுக்குவேன். நம்ம வீட்டுக்குப் போலாமா” என்றான் சிரித்தபடியே!

அவன் சிரிப்பில் ரொம்பவே கடுப்பாகிப் போனாலும், அப்பா இல்லாமல் இங்கிருந்தால், அம்மாவின் அறுவை அறிவுரைகளைக் கேட்டுத் தொலைக்க வேண்டியிருக்குமே என்ற பயத்தில் கதிருடன் கிளம்பினாள். அங்கே போனால் மற்றவர்களை நாம் கடுப்படிக்கலாமே என்ற நல்லெண்ணம் வேறு.

ஒரு சுபயோக நன்னாளில் கதிரின் தம்பி மாதவனுக்கும், அவர்கள் மாமன் மகள் வித்யாவுக்கும் திருமணம் கோலாகலமாக நடந்தேறியது. இந்தத் திருமணத்திற்கு முரளி வரவில்லை. கதிரின் மேல் உள்ள கோபம்தான் முக்கிய காரணம் என்றாலும் வந்தனாவின்

பிரசவத்தின் போது அதிக நாட்கள் லீவு தேவைப் படுமென்பதால் இப்போது வர இயலவில்லை என்று நந்தினியிடம் சொல்லி விட்டார். ஒரு மரியாதைக்காவது சம்மந்தியிடமோ, மருமகனிடமோ சொல்ல வேண்டும் என்கிற அடிப்படை மரியாதை கூட அவரிடமில்லை. நந்தினிதான் அடிக்கடி சம்மந்தி வீட்டுக்கு வந்து கல்யாணத்திற்குத் தேவையான உதவிகளைச் செய்வாள்.

“நீ எதுக்கு வேலைக்காரி கணக்கா இங்க வந்து மாஞ்சு... மாஞ்சு வேலை செய்றே” என்ற வந்தனாவின் சுடுமொழிகளையும் பொருட்படுத்தாமல் பார்த்துப் பார்த்து செய்து... சம்மந்தி வீட்டினர் அனைவர் மனதிலும் இடம் பெற்று விட்டாள்.

கதிரின் அண்ணி மைதிலி குடும்பக் குத்து விளக்கு. அனைவரையும் அனுசரித்துப் போகும் உத்தமமான குணவதி. அதனால் வந்தனா எத்தனைதான் சீண்டினாலும் புன்னகைத்து விட்டுப் போய் விடுவாள். ஆனால் வித்யாவும் அப்படியே இருக்க வேண்டும் என்ற சட்டமா என்ன? அதிலும் அத்தை மகனையே

கல்யாணம் செய்து கொண்டதால் அதிக உரிமை வேறு! வந்தனா வீட்டு வேலைகளில் பங்கெடுத்துக் கொள்ள விட்டாலும் மைதிலி கண்டு கொள்ள மாட்டாள். வங்கியிலும் வேலை அதிகமாக இருக்கும் பாவம் என்று விட்டு விடுவாள்.

இளைய மருமகளாக வித்யா வந்த பிறகு நிறையப் ப்ரச்னைகள், சச்சரவுகள், ஈகோ க்ளாஷ்! பேங்க்கிலிருந்து வந்து விட்டால் வீட்டில் ஒரு துரும்பைக் கூட எடுத்துப் போட மாட்டாள். அது கூடப் போனால் போகட்டும் என்று விட்டு விட்டார்கள் அவளுடைய ஓரகத்திகளும், மாமியாரும்! ஆனால் வீட்டில் எல்லோரும் ஓடி, ஓடி அவளுக்குப் பணிவிடை செய்ய வேண்டும் என்று எதிர்பார்ப்பது அவளுடைய ஆணவத்தின் உச்சம்! காரணம் வந்தனாவைத் தவிர மற்ற இரண்டு மருமகள்களும் கதிர் குடும்பத்தைப் போலவே மிடில் க்ளாஸ் குடும்பத்திலிருந்து வந்தவர்கள். அவர்களிடம் தன் பணக்கார வீட்டுப் பெருமையை பறைசாற்றிக் கொண்டிருப்பதில் ஒரு தனி சுகம் வந்தனாவுக்கு.

அடுத்தடுத்து ஒரு வருடத்திற்குள்ளாகவே இரண்டு திருமணங்களை வெகு விமரிசையாக நடத்தி விட்டதால், வந்தனாவின் வளைகாப்பை எளிமையாக வீட்டளவில் நடத்திக் கொள்ளலாம் என்று கதிரின் பெற்றோர்கள் முடிவு செய்தனர். திருஷ்டி பட்டு விடும் என்று வெளியில் காரணத்தைச் சொன்னாலும், வளைகாப்புக்கு வருபவர்கள் வாயை வைத்துக் கொண்டு சும்மா இருக்காமல் ஏதாவது பேசி, மைதிலியின் மனதைப் புண்படுத்தி விட்டால் என்ன செய்வது என்கிற பயம்தான் முக்கிய காரணம். இதையும் எப்படியோ மோப்பம் பிடித்து விட்ட வந்தனா.

"உங்களாலதான் எனக்கு வளைகாப்பை கிராண்டா செஞ்சுக்க முடியாமப் போய்டுச்சு. எங்கப்பா எவ்வளவு பெரிய ஃபைவ் ஸ்டார் ஹோட்டல்ல வெச்சு என் வளைகாப்பை நடத்த நினைச்சிருந்தார் தெரியுமா" என்று திரும்பத் திரும்ப குத்திக் காட்டி, காட்டிப் பேசி மைதிலியை அழ வைத்துக் கொண்டிருந்தாள். இளைய ஓரகத்தி வித்யா மைதிலிக்கு ஆதரவாகப் பேசி வந்தனாவை எதிர்த்தாலும்

அதற்கெல்லாம் பயந்து போகிறவளா அவள்? இப்படி எல்லாம் பேசி மைதிலியின் மனதைப் புண்படுத்த வேண்டாம் என்று அன்பாக அறிவுரை சொல்லும் மாமியாருக்கோ இல்லை செல்லமாக அதட்டும் கணவனுக்கோ அடங்கினால்தானே?

இந்தக் கஷ்டத்திற்கு பேசாமல் வளைகாப்பை விமரிசையாகவே நடத்தி இருக்கலாமோ என்று நினைத்து மாய்ந்து போனார்கள் வீட்டுப் பெரியவர்கள். இப்படி, நாளொரு அலட்டலும், பொழுதொரு குதர்க்கமுமாக வந்தனாவின் கர்ப்ப காலம் பறந்தோட, வந்தது அவளின் பிரசவ நேரம். நந்தினி, கதிர், கதிரின் அம்மா மூவரும் ஏன் அவர்களின் குடும்ப டாக்டருமே எத்தனை எடுத்து சொல்லியும் நார்மல் டெலிவரிக்கு ஒத்துக் கொள்ள முடியாது என்று பிடிவாதமாக மறுத்து விட்டாள். முரளியும் மகள் படும் வேதனையை என்னால் பார்க்க முடியாது என்று மகளுக்கு ஆதரவாகப் பேச ஒரு நல்ல நேரத்தில் சிசேரியன் மூலம் கொழு... கொழு வென ஒரு ஆண் குழந்தைக்குத் தாயானாள் வந்தனா.

அடுத்து வந்தனாவின் வீட்டில் பேரக் குழந்தைக்கு நடந்த பெயர் சூட்டும் விழாவை வேண்டுமென்றே ஆடம்பரமாக நடத்தினார் முரளி. பேருக்கு கூட உறவினர்கள் யாருமில்லை. வந்தவர்கள் எல்லோரும் முரளி வந்தனாவின் ஃப்ரெண்ட்ஸ் கூட்டம் மட்டுமே. நந்தினியின் பக்கம் நந்தினியின் தாய் மாமா குடும்பத்தினரைத் தவிர வேறு யாருமில்லை. அவர்களையும் நந்தினிக்காக, அவளுடைய சந்தோஷத்திற்காகக் கார் எடுத்துப் போய் அவர்கள் வரமாட்டேன் என்று பிடிவாதமாக மறுத்தும் நயமாக, அன்பாகப் பேசி அவர்கள் மனதை மாற்றிக் கோயமுத்தூரிலிருந்து அழைத்துக் கொண்டு வந்தவன் கதிர்தான். அவர்களைப் பார்த்ததும் நந்தினி அடைந்த சந்தோஷத்திற்கு அளவே இல்லை. அவர்களும் நந்தினியைக் கட்டியணைத்து, உச்சி மோந்து, ஆசீர்வதித்து அக மகிழ்ந்து விட்டார்கள். கதிருக்கு நன்றி சொல்லிச் சொல்லி உருகிப் போனாள் நந்தினி. ஆனால் முரளியும், வந்தனாவும் முகத்தை "உம்" மென்று மூன்று முழத்திற்குத் தூக்கி வைத்துக் கொண்டவர்கள்தான் விழா முடியும் வரை

இறக்கவே இல்லை. குழந்தைக்கு வருண் என்று பெயர் சூட்டினாலும் குழந்தை கொழு, கொழுவென இருக்க பப்லு என்ற செல்லப் பெயரே அவனுக்கு நிலைத்து விட்டது.

12

காலம்தான் எப்படி வேகமாக ஓடுகிறது? முரளியும் வந்தனாவும் கதிரைப் பிரித்து அழைத்துக் கொண்டு வர செய்த முயற்சிகள் எல்லாம் விழலுக்கு இறைத்த நீராகத்தான் வீணானது.அவ்வப்போது வந்தனா கோபித்துக் கொண்டு குழந்தையுடன் தாய் வீட்டுக்குப் போவதும் நந்தினி திட்டினால் மீண்டும் புகுந்த வீட்டுக்கு வருவதுமாக இருந்தாள்.

அது என்னவோ தெரியவில்லை! சொல்லி வைத்தது போல வருடங்கள் இரண்டாகியும் வித்யாவுக்கும் குழந்தை பாக்கியம் உண்டாகவில்லை. குடும்பத்தில் உள்ள எல்லோருக்குமே இதனால் மிகுந்த மனக் கவலை! ஆனால் பப்லு அந்தக் குடும்பத்தின் செல்ல வாரிசாக இருப்பதில் வந்தனாவுக்குத் தலை கொள்ளாத கர்வம். ஒரு குழந்தைக்குத் தாயாகி விட்ட பிறகும் கொஞ்சம் கூட மன முதிர்ச்சி உண்டாகவில்லை அவளுக்கு.

மைதிலியோடு சேர்த்து வித்யாவையும் மட்டம் தட்ட காரணம் கிடைத்து விட்டதில் தனி உற்சாகம். வந்தனாவின் குத்தல் பேச்சுக்களால் மைதிலி, வித்யா ரொம்பவே பாதிக்கப் படுவதை அறிந்து கதிருக்குத் தாங்க முடியாத கோபம்.

அவ பேசறதை நீங்க ஏன் மௌனமாகக் கேட்டுகிட்டு இருக்கீங்க? திரும்ப நறுக்குனு கேளுங்க. அப்பதான் அவ அடங்குவா! என்று இவனே கூட அவர்களைத் தூண்டி விடுவான். ஆனால்அவர்கள் இருவருமே கதிரின் அன்புக்கு கட்டுப்பட்டவர்கள். அத்தோடு அவர்களுக்கு, நந்தினியிடம் இருந்த மரியாதையும், பற்றுதலும் அவர்களை மௌனமாக இருக்கச் செய்தது. அது மட்டுமில்லாமல் தங்களால் அந்தக் குடும்பத்தில் சிறு சச்சரவு கூட வருவதை விரும்பாதவர்கள் அதனால் கதிருக்கு எதிரில் தங்கள் வருத்தத்தைக் கூட காண்பித்துக் கொள்ளாமல் இயல்பாக இருக்க முயற்சித்தார்கள். ஆனால் ஒரு நாள் அவர்கள் இருவரும் வந்தனாவின் மேல் தங்களுக்கிருந்த

மனத்தாங்கல்களைப் பரஸ்பரம் பரிமாறிக் கொண்டு வருத்தப்பட்டதைக் கேட்டு விட்ட கதிருக்கு மூண்டது அடங்க மாட்டாத கோபம்... வந்தனாவை அடிக்காத குறைதான். கடந்த மூன்று வருடங்களாக அடக்கி வைத்த கோபத்தை எல்லாம் வெளியில் கொட்டி விட்டான்.

இதனால் வந்தனாவுக்கு இரண்டு ஓரகத்திகள் மீதும் ஆத்திரம். “என்ன உங்க அண்ணியும், தம்பி பெண்டாட்டியும் என்னைப் பத்தி உங்க கிட்ட கோள் மூட்டி விட்டாங்களா? அதுதான் நீங்க இங்க வந்து காட்டுமிராண்டித்தனமா கத்துறீங்களா” என்று பதிலுக்கு எகிறினாள். ரெண்டு பேரும் மிடில் க்ளாஸ் குடும்பத்தில இருந்து வந்தவங்கதானே... அதான் ரெண்டு பேர் குணமும் ஒரே மாதிரி இருக்கு” என்று கதிரிடம் எதிர்த்துப் பேச

கதிருக்கு வந்தது கண்மண் தெரியாத கோபம். ஏன்? நானும் கூட மிடில் க்ளாஸ்தான். என்னை ஏன் காதலிச்சு கல்யாணம் பண்ணிகிட்டேனு அவனும் கத்த வந்தனாவுக்கு கணவன் மீதும் எரிச்சல். பல நாள் வந்தனாவும், கதிரும்

ஒருவரோடு ஒருவர் பேசாமல் விரோதிகள் போல நடமாடிக் கொண்டிருந்தார்கள். என்ன செய்தாலும் இந்தக் குடும்பத்திலிருந்து இவனைப் பிரிக்க முடியலையே! இன்னமும் கூட இறங்கி இவர்களை அடிக்க முடியும்தான். ஆனால் வெளி உலகத்தில் தன்னுடைய ரொம்ப நல்லவள்ங்கிற இமேஜ் மாறிப் போயிடுமே! ஆனால் இப்படியே இந்தக் கூட்டத்தில் இருந்தா கதிரை மாத்தவே முடியாதே! கதிருக்குத் தன் மீதும், ப்ப்லு மீதும் மட்டும் அன்பும் அக்கறையும் வர்றதுக்கு என்ன செய்யலாம்னு தீவிரமா யோசிச்ச வந்தனா, தன் அப்பாவோட சேர்ந்து சதியாலோசனை செஞ்சு அவங்கப்பாவோட செல்வாக்கால பக்கத்து ஊரிலிருந்த வங்கிக் கிளைக்கு மாற்றல் வாங்கிகொண்டு, தினம் தினம் இத்தனை தூரம் பயணம் செய்ய முடியாது என்பதைக் காரணம் காட்டி தனிக்குடித்தனத்திற்கு அடிகோலி விட்டாள். விஷயம் தெரிந்ததும் இதெல்லாம் அப்பா, மகளோட உள்ளடி வேலைதான்னு "உள்ளங்கை நெல்லிக்கனி" போல விளங்கிருச்சு நந்தினிக்கும், கதிருக்கும்.

நந்தினி கதிரிடம் "இவளை வெளியில விட்டாத் திரும்ப குடும்பத்தோட ஒட்ட வைக்க முடியாது கதிர். அப்பாவும், மகளுமா சேந்து கொஞ்சம் கொஞ்சமா உங்களையும் குடும்பத்திலிருந்து பிரிச்சிடுவாங்க. அதனால் வந்தனாவை வேலைய ராஜினாமா பண்ணச் சொல்லிடுங்க. வீட்டுலயே இருந்து மத்தவங்களப் பாத்தாவது அவளுக்குப் புத்தி வரட்டும் என்று கெஞ்சிக் கேட்டுக் கொண்டாள். அவள் கேட்டுக் கொண்டபடியே கதிர் வந்தனாவிடம்

"விடு வந்தனா. நீ வேலைக்குப் போய்க் கஷ்டப்பட்டது போதும். அண்ணி, வித்யா போல நீயும் வீட்டுலயே ஜாலியா இரு. ப்ப்லுவுக்கும் சந்தோஷமா இருக்கும். நீ வேலைக்குப் போய் சம்பாதிச்சு தான் ஆகணும்னு எதுவுமில்ல" என்றதும், வாயே பேசாமல்... மௌனமாகத் தன்னுடைய ஆயுதமான உண்ணாவிரதத்தை ஆரம்பித்து விட்டாள். ஒரு நாள் முழுக்கத் தண்ணீர்கூட குடிக்காமல் யாரிடமும் பேசாமல் அவள் செய்த

சத்தியாகிரகத்திற்கு கை மேல் பலன் கிடைத்ததுதான் அவளுடைய சாமர்த்தியம்.

13

கதிரின் பெற்றோர்கள் இதைக் கேட்டுத் துடித்து விட்டார்கள். மூன்று மகன்களிலும் கதிர் அவர்களுக்கு ரொம்பவே ஸ்பெஷல். மற்ற இருவர்களைக் காட்டிலும் பெற்றவர்கள் மீதும், குடும்பத்தினர் மீதும் அதீத அக்கறை எடுத்து கவனிப்பது அவன்தான் அதனால்தான் தங்களுக்கு விருப்பமில்லாவிட்டாலும் அவன் மனம் விரும்பிய பெண்ணையே அவனுக்குத் திருமணம் செய்து வைத்திருக்கிறார்கள். மகன் மீதுள்ள பாசத்தைக் காட்டிலும் பல மடங்கு பேரன் பப்லுவின் மேல்! அவனைப் பார்க்காமல்... அவன் மழலையைக் கேட்காமல் எப்படி இருக்க முடியும் என்று பரிதவித்துப் போனார்கள். என்ன செய்வது மருமகளின் பிடிவாதம்தான் தெரிந்த விஷயமாயிற்றே! அது மட்டுமல்லாது கொஞ்ச நாளைக்காவது மைதிலியும், வித்யாவும்

வந்தனாவின் நக்கல், நையாண்டியிலிருந்து விடுபட்டு சந்தோஷமாக இருக்கட்டும்.

வந்தனாவுக்கும் கூட்டுக் குடும்பத்தின் அருமை புரியட்டும் என்று மனதைத் தேற்றிக் கொண்டு சனி, ஞாயிறு, மற்ற விடுமுறை நாட்களிலும் இங்கு வந்து விட வேண்டுமென்ற அன்புக் கட்டளையின் பேரில் அவர்களைத் தனிக்குடித்தனம் போகச் சம்மதித்தார்கள். கதிர்தான் தனிக்குடித்தனம் என்ற வார்த்தையைக் கேட்டு நொறுங்கிப் போனான். அவனைச் சமாதானம் செய்து தனிக்குடித்தனத்திற்கு சம்மதிக்க வைப்பதற்குள் போதும்... போதுமென்றாகி விட்டது அனைவருக்கும். நந்தினியும் மகளை அழைத்துத் தனிக்குடித்தனம் வேண்டாம் என்று அன்பாக சொல்லிப் பார்த்தும், கோபமாக அதட்டிப் பார்த்தும் வந்தனா வழிக்கு வரக் காணோம்... அவளைத் தூண்டி விடுவது போல முரளி தினமும் ஃபோன் செய்து

"தனிக்குடித்தனம் போக எவ்வளவு செலவு ஆனாலும் சொல்லுடா, அப்பா அனுப்பி வைக்கிறேன். கூடிய சீக்கிரம் புது பங்களா வாங்கித் தரேன். அப்பதான் நான் இந்தியாக்கு வந்தா உரிமையா என்னோட மகள் வீடுன்னு

வந்து தங்க முடியும்" னு தூபம் போட வந்தனாக்கு றெக்கை முளைத்துப் பறக்காத குறைதான். முரளிக்கு அப்போதே பறந்து வந்து கதிரின் அப்பாவைப் பார்த்து இப்பொ என்ன பண்ணுவேனு கிண்டலாகக் கேட்க வேண்டும் போல மனது துடித்தது. அவருடைய திட்டம் கொஞ்சம் லேட்டானாலும், லேட்டஸ்ட்டாக நிறைவேறுகிறதே என்று மனசுக்குள் ஒரே கொண்டாட்டம். அப்பாவும், மகளும் அடிக்கும் கேலிக்கூத்தைப் பார்த்தும், கேட்டும் நந்தினிக்கு கோபம் தலைக்கேற பி. பி. எகிறியதுதான் மிச்சம்!

வந்தனாவாவது! முரளியாவது! திருந்துவதாவது!

கதிரைக் காட்டிலும் அவளுடைய இரண்டு வயது மகன் பப்லு மனதளவில் மிகவும் பாதிக்கப் பட்டு விட்டான். தாத்தா, பாட்டி, பெரியப்பா, பெரியம்மா, சித்தப்பா, சித்தி, என்று ஒரு பாசமலர்க் கூட்டத்தில் வளர்ந்தவனை நாள் முழுக்க க்ரச்சில் இருக்கச் சொன்னால் அந்தக் குழந்தை உள்ளம் எப்படித் தாங்கும்? இத்தனை

பேர்களுடைய இதயங்களையும் புண்ணாக்கி விட்டு தனிக்குடித்தனம் வந்த வந்தனா, அடுத்து வந்த ஒரு மாதம் மட்டும் வார விடுமுறையில் மாமியார் வீட்டுக்குப் போய் வந்ததோடு சரி. அதற்குப் பிறகு ஏதாவது சாக்கு சொல்லி அங்கு போவதைத் தவிர்த்தாள். கதிரும் பப்லுவும் மட்டும் போய் விட்டு மனம் கொள்ளாத சந்தோஷத்துடனும், வாய் கொள்ளாத சிரிப்புடனும் திரும்பி வருவார்கள். அவர்களை அங்கு அனுப்பி விட்டு இவள் தன்னுடைய அம்மா வீட்டுக்குப் போய் விடுவாள். மாதம் ஒரு முறையாவது தங்களுடன் அவளை வரச் சொல்லி கதிர் எத்தனையோ சொல்லிப் பார்த்து விட்டான். வந்தனா கேட்பதாயில்லை. மாறாக கொஞ்சம் கொஞ்சமாக பப்லுவுக்கு வயித்து வலி, ராத்திரி அவன் சரியாத் தூங்கலை... லேசா ஃபீவர் அது இது எனச் சொல்லி பப்லுவையும் போக விடாமல் செய்து விட்டு அவனுக்கு அவன் தாத்தா பாட்டி நினைவு வராமல் தடுக்க வீடியோ கேம்ஸ், லேப்-டாப் என்று அவனுக்கு ஆசை காட்டித் தன்னுடனே வைத்துக் கொண்டாள். இல்லையென்றால் தன்னுடன்

தன் அம்மாவைப் பார்க்க அழைத்துச் சென்று விடுவாள். நந்தினியும் எத்தனையோ புத்திமதி சொல்லிப் பார்த்திருக்கிறாள்.

இங்கே வருவது போல உன் மாமியார் வீட்டுக்கும் போய் வா. இல்லையென்றால் இங்கும் வர வேண்டாம் நாங்கள் வெளியூரில் இருந்தால் உன்னால் இப்படி அடிக்கடி வர முடியுமா?" என்று சொல்ல வெடித்தது பூகம்பம்.

"கதிர்தான் உங்களை இப்படி சொல்லச் சொன்னாரா" என்று சீறினாள்.

அந்த நல்ல மனுஷனை ஏண்டி குறை சொல்றே?

நீ வேணும்னா உங்க மாமியார், மாமனாரப் போய்ப் பாக்காம இருக்கலாம். ஆனா எங்க மாப்பிள்ளை வாரத்துக்கு ஒரு முறை நேரம் கிடைக்கும் போது வந்து என்னைப் பாத்து நலம் விசாரிச்சுட்டுதான் போறார்." என்று நந்தினி சொல்ல.

"ஆஹாஹா... நலம் விசாரிக்க வந்தாரா இல்ல, என்னைப் பத்திக் கோள் சொல்ல

வந்தாரா" என்று குதர்க்கமாகக் கேட்டு விட்டு வந்திருக்கிறாள். அதற்குப் பிறகு அம்மா வீட்டுக்குப் போவதையும் குறைத்து விட்டாளாம். புகுந்த வீட்டில் யாருக்கு உடம்பு சரி இல்லையென்றாலும் போய் பார்ப்பதில்லையாம்! கதிரின் அப்பாவுக்கு இரண்டு சிறுநீரகங்களும் செயலிழந்து சிறுநீரக மாற்று அறுவை சிகிச்சை நடந்த போது கூட மூன்றாம் மனுஷியைப் போல முகத்தை சுளித்துக் கொண்டே எட்டிப் பாத்து விட்டு வந்ததோடு சரி!

14

பேங்க்கில் என்னை மேடம், என்று அழைக்கும் வந்தனா வெளியில் வந்தால் அக்கான்னு தான் கூப்பிடுவாள்.

"எனக்குக் கூடப் பிறந்தவங்க யாருமில்லைக்கா. அதனால உங்களை என் சகோதரியா நினைச்சுகிட்டிருக்கேன்னு அவள் சொல்லும் போது எனக்கு சிரிப்பாக வரும். புகுந்த வீட்டில் இரண்டு ஓரகத்திகள். அவர்களோடு சகோதரப் பாசத்தோடு பழக முடியாதா? என மனதுக்குள் நினைத்துக் கொள்வேன். ஒரு முறை அவளுடைய திருமண நாள் என்று கதிரையும் பப்லுவையும் அழைத்துக் கொண்டு "ஆசீர்வாதம் பண்ணுங்கக்கா" என்று வீட்டுக்கே வந்து விட்டாள். அப்போதிருந்து தான் கதிர் எங்களுக்குப் பழக்கம்.

"எப்படியாச்சும் இவளைத் திருத்துங்க அக்கா. எங்கம்மா வீட்டுல எல்லோரும் ரொம்பப்

பாசமானவங்க... இவளுக்கு அவங்களைக் கண்டாலே புடிக்க மாட்டேங்குது" என்பான் கதிர் பரிதாபமாக.

"உனக்கும் நான் அக்காவா" என்று கேட்டால்... "ஆமாம்க்கா நீங்க எனக்கு அக்காதான்" என்பான் பாசமாக. எனக்குக் கூடப் பிறந்த சகோதரிங்க யாருமில்ல அக்கா. என் அண்ணியைத்தான் நான் அக்காவாகவும், தம்பி மனைவியைத் தங்கச்சியாகவும் நினச்சுக்குவேன் அக்கா. அவங்களுக்கும் என்னிடம் அதே மாதிரியான சகோதரப் பாசம் என்பான். கதிருக்கும், வந்தனாவுக்கும் ஒரு முறை ஏற்பட்ட மனஸ்தாபத்தில், அவளிடம் பட்ட பாடு தாங்காமால் வந்தனா, முரளி யைப் பற்றி நந்தினி மூலம் தான் அறிந்து கொண்ட விஷயங்களைத் தன் திருமண விஷயத்தில் தப்பு செய்து விட்டோமோ? என்று மிகுந்த மனவேதனையில் கதிர் எங்களிடம் கொட்டித் தீர்த்து விட்டான்.

வெள்ளந்தியான அவனை என் கணவருக்கும் பிடித்துப் போனது. அடிக்கடி ஃபோனில் பேசிக்குமளவுக்கும், வெளியிடங்களில்

சந்தித்துப் பேசுமளவுக்கும் ஸ்னேகமாகி விட்டார்கள். எப்படியும் வந்தனாவைத் திருத்தி அவளை மறுபடியும் உங்க குடும்பத்தோடு சேர்த்து வைக்கிறேனா இல்லையா பார் என்று இவரும் அவன் தலையிலடித்து சத்தியம் செய்யாத குறைதான். எப்படி அவளைத் திருத்துவது என்ற வழிதான் இன்னும் புலப்படவில்லை.

இப்படி வந்தனாவைப் பற்றிய சிந்தனையில் ஆழ்ந்து விட்ட என்னை

“என் மகாராணியின் மதி வதனத்தில் வழக்கமான புன்னகை இல்லையே.. மாறாக பலத்த சிந்தனை தோய்ந்து காணப்படுகிறதே யாரங்கே? என் தேவதையை இப்படி யோசிக்க வைத்தது யார்”

என்று என் கணவர் வீர வசனம் பேசியதைக் கேட்டு நான் கல... கலவென சிரிக்க, அப்பாடி சிரிச்சுட்டியா! இந்தா உங்கண்ணன் ப்ரகாஷ் குஜராத்லருந்து வாழ்த்து சொல்லக் கூப்பிடுறான் பேசு, என்று செல் ஃபோனை என் கையில் கொடுத்தார். ப்ரகாஷ் அண்ணாவிடம்

பேசி, வாழ்த்துப் பெற்றுக் கொண்டு ஃபோனை ஆஃப் செய்து விட்டு... இவரிடம், வந்தனா ஃபோன் செய்த விவரத்தைச் சொன்னேன்.

"இதுக்கா இத்தனை யோசனை? நான்தான்அவங்களை வரச் சொன்னேன். உங்கிட்ட சொல்ல மறந்துட்டேன். அவங்களையும் நம்மளோட அழைச்சுட்டு போயிடுவோம். சக்கு மாமிகிட்ட சொல்லி இன்னும் ரெண்டு பேருக்கு சேத்து சமைச்சுட்டு வர சொல்லிடுவோம்" என்றார்.

"அது சரிங்க! அம்மா ஏன் இன்னும் ஃபோன் பண்ணலை? நான் பண்ணினால் ஸ்விட்ச்டு ஆஃப்னு வருதே. உடம்புக்கு ஏதாவது"னு நான் கவலையாய்க் கேட்க, அதெல்லாம் எதுவும் இருக்காது. மொபைலுக்கு சார்ஜ் போட மறந்திருப்பாங்க. நேர்ல பாக்கத்தான போறோம். கமான் சியர் அப்! எழுந்து சீக்கிரம் ரெடியாகு. நித்துவையும் எழுப்பு. நான் போய்க் குளிக்கிறேன்" என்று சொல்லி விட்டுக் குளிக்கப் போய் விட்டார். நானும் நித்திலனை எழுப்பி குளிப்பாட்டி விட்டேன். பப்லு வந்து விட்டால் அவனையும், நித்திலனையும்

சமாளிக்கவே முடியாது. அறுந்த வால்கள். பப்லு எத்தனை குறும்பு செய்தாலும் வந்தனா அவனை அதட்ட மாட்டாள். அவன் செய்யும் குறும்புகளுக்கும் சேர்த்து நித்திலன் தான் என்னிடம் நன்றாக வாங்கிக் கட்டிக் கொள்வான். அதனால் நாங்கள் சீக்கிரம் குளித்துப் பூஜை செய்து... காலை டிஃபன் முடிக்கவும் வந்தனாவும், பப்லுவும் கால் டாக்ஸியில் வந்திறங்கவும் சரியாக இருந்தது. வந்ததுமே “அக்கா” என்று ஏதோ சொல்ல வந்தாள் வந்தனா. அதற்குள் ரெடியாகி கார் சாவியுடன் வந்த என் கணவர்

“கிளம்புங்க! இப்ப கிளம்பினாதான் அங்க போக நேரம் சரியா இருக்கும். நீங்க ரெண்டு பேரும் கார்ல போகும் போது பேசிக்கோங்க” என்று சொல்லிக் கொண்டே வந்தார். இதைக் கேட்டுத் திகைத்துப் போன வந்தனா

அக்கா நாம எங்கே போறோம்? என்று கேட்டாள் ஆவலாக.

“அதெல்லாம் சஸ்பென்ஸ்! நீங்க அங்க வந்து பாத்துக்கோங்க, சுமி... நித்து நீங்க ரெண்டு

பேரும் நாம எங்க போறோம்னு இவங்க கிட்ட சொல்லாதீங்க, ஓ.கே” என்று எங்களிடமும் சொல்லி விட்டுக் காரை ஸ்டார்ட்செய்தார். கடைவீதிக்கு வந்து வேண்டிய பொருட்களை எல்லாம் வாங்கி டிக்கியில் வைத்து விட்டு, மீண்டும் கிளம்பும் வரை வந்தனா வாயே திறக்க வில்லை. அவளை எங்கே அழைத்துப் போகிறோம் என்ற சிந்தனையில் அவளுடைய திடீர் வரவிற்கு என்ன காரணம் என்று சொல்லத் தோன்றவில்லை போல.

அம்மாவிடமிருந்து ஏன் ஃபோன் வரவில்லை என்ற யோசனையில் எனக்கும் அவளிடம் கேட்கத் தோன்றவில்லை. அவளாக சொல்லட்டும் என்று விட்டு விட்டேன். எனக்கும் அவருக்கும் மாற்றி, மாற்றி வாழ்த்து சொல்ல ஃபோன்கால்கள் வந்த வண்ணமிருக்க பாவம் வந்தனாவால் வாயே திறக்க முடியவில்லை. போதாக் குறைக்கு பப்லுவும் நித்துவும் வாய் மூடாமல் பெரியவர்களைப் போல சள சளவென்று ஒரே அரட்டை. நான் அவ்வளவு உற்சாகமாக இல்லாதது கண்டு!

என்னக்கா, கல்யாண நாளும் அதுவுமாக இத்தனை "டல்" லா இருக்கீங்க... சார் பாருங்க புது மாப்பிள்ளை கணக்கா எப்படி உற்சாகமா இருக்கார் என்று எங்களைக் கலாய்த்தாள்.

"இல்ல வந்தனா! இத்தனை வருஷமும் எங்களுக்கு முதல் வாழ்த்து சொல்வது அம்மாதான்... இன்னைக்கு இன்னும் அவங்க வாழ்த்து சொல்லலை. நான் கூப்பிட்டாலும் ஃபோன் ஸ்விட்ச்ட் ஆஃப்னு வருது. அதுதான் கவலையா இருக்கு" என்றதும் வந்தனா அமைதியாகி விட்டதைக் கண்டு எனக்கு மனசுக்கு கஷ்டமாகி விட்டது. அப்புறம் "வந்தனா ஏதோ சொல்ல வந்தியே... சொல்லு" என்று நானாகவே எடுத்துக் கொடுக்க அதற்காகவே காத்திருந்த மாதிரி ஆரம்பித்து விட்டாள் வந்தனா.

"நேத்து ராத்திரி எனக்கும் அவருக்கும் பயங்கர சண்டைக்கா. அதுல நான் ரொம்ப அப்ஸெட் ஆகிட்டேன். அதுதான் நீங்க கூப்டீங்கன்னு கதிர் சொன்னதும் காலையிலேயே இங்க வந்துட்டேன்" என்றாள். அப்போ கதிரையும்

கூட்டிட்டே வந்திருக்கலாமே... அவருக்கு இன்னைக்கு ஹோட்டல் சாப்பாடுதானா"ன்னு நான் கேட்க, ஹுக்கூம் அவுரு ஏன் ஹோட்டலுக்குப் போகப் போறாரு? அவங்கம்மாக்கு குடுக்கற ஆஸ்பத்திரி சாப்பாட்டையே அவரும் சாப்பிடுவாரு" என்று நொடித்ததைக் கேட்டு எனக்கு அதிர்ச்சியாகி விட்டது, என்ன வந்தனா சொல்றேன்னு நான் அதிர்ச்சியுடன் கேட்க...

"அதுதாங்க்கா அவங்கம்மா வீடிருக்கே. அவருக்கு என்னையும் பப்லுவையும் விட அவங்கதானே முக்கியம்னு" சொல்லும் போதே கண்களில் கண்ணீர் கோத்துக் கொண்டது.. கதிர் அம்மாவுக்கு ஏதோ(!) உடம்பு சரியில்லையாம்... ஹாஸ்பிடல்ல சேத்திருக்காங்களாம். ரெண்டு நாள் லீவ் போட்டுட்டு நான் ஹாஸ்பிடல்ல அவங்க கூட இருக்கணுமாம். அதுதான் அவங்க ஆசை மருமகள்ங்க ரெண்டு பேர் இருக்காங்க இல்லே! எனக்கு ஹாஸ்பிடல்ல வர்ற ஸ்மெல்னாலே அலர்ஜின்னு சொன்னேன். அதுக்கு "நீ என்னா ஆகாசத்திலருந்து நேரா

பூமில குதிச்சிட்டியா? இல்ல பப்லு பொறந்தப்ப நீ ஹாஸ்பிடல்ல இருக்கலியா? உங்கம்மாப்பாக்கு உடம்பு சரியில்லேன்னாக் கூட போய் இருக்க மாட்டியா" ன்னு கேட்டார்.. "ஒரு நர்ஸ் போட்டு எங்கம்மாப்பாவப் பாத்துக்குவேன். அதுவுமில்லாம அவங்கள இந்த மாதிரி சாதாரண ஹாஸ்பிடல்ல சேக்க மாட்டோம்"னு சொன்னேன். அதுக்கு "பணத்திமிர்ல பேசாத... பணம் இன்னிக்கு வரும்.. நாளைக்கு காணாம போயிடும், உறவுகளுக்கு மதிப்பு குடு" ன்னு சொல்லிட்டு,

"பப்லுவ அம்மா பாக்கணும்கிறாங்க நாளைக்கு ஹாஸ்பிடல்க்கு கூட்டிட்டுப் போறேன்"னு சொன்னார்க்கா. நான் அனுப்ப முடியாதுன்னு சொல்ல வீட்ல ஏக ரகளைக்கா. அவரும் கோவிச்சுகிட்டு அவரோட துணி, மணியெல்லாம் எடுத்துகிட்டு எங்கிட்ட ஒண்ணும் சொல்லாம அவங்கம்மாவப் பாக்க கௌம்பிட்டார் (கதிரின் அம்மாவுக்கு இதயத்தில் வால்வு ப்ரச்னை. அறுவை சிகிச்சை செய்ய வேண்டுமென்று கதிர் முன்னமே எங்களிடம் சொல்லி இருக்கிறான்)

கோவிச்சுகிட்டுப் போன கதிரை சமாதானப் படுத்தணும்னு கூடத் தோணலையா உனக்கு" என்று நான் கேட்பதற்குள்... என்னவர்

15

“ஓகே இறங்குங்க இறங்குங்க நாம வர வேண்டிய இடத்துக்கு வந்தாச்சு”ன்னு உற்சாகக் குரல் கொடுக்க... நித்து காரை விட்டிறங்கி

“நான் முன்னால போறேன்னு சொல்லிக் கொண்டே ஓடினான். ஆர்வமாகக் காரை விட்டிறங்கிய வந்தனாவின் முகம் “அன்னை தெரசா கருணை இல்லம்” என்ற போர்டைப் பார்த்ததும் அப்படியே கூம்பி விட்டது. ஒரு மாதிரி முகத்தைக் கோணிக் கொண்டு,

“இங்க எதுக்கு அக்கா? ஏதோ கோயிலுக்குக் கூட்டிட்டுப் போகப் போறீங்கன்னு ல்ல நெனச்சேன்”னு சொல்லிக் கொண்டே நித்துவின் பின்னால் ஓட முயற்சித்த பப்லுவின் கையைப் பிடித்துத் தன்னுடன் நிறுத்திக் கொண்டாள். இதையெல்லாம் நான் கண்டும் காணாமல்...

“எங்களுக்கு இதுதான் கோயில் வந்தனா... உனக்கு உள்ளே வர இஷ்டமில்லேன்னா கார்ல உக்காரு... ஆனா நாங்க வர கொஞ்சம் லேட்டாகும் பரவால்லையான்னு கேட்டேன். “பப்லு வேற அம்மா நாமளும் உள்ளே போகலாம்”னு அடம் பிடிக்க வேறு வழியில்லாமல் எங்களைத் தொடர்ந்தாள் வந்தனா. அதற்குள் இல்லத்து நிர்வாகியும், உதவியாளரும் வந்து “வாங்க... வாங்க” என்று எங்களை உற்சாகமாக வரவேற்று விட்டு நாங்கள் கொண்டு வந்த பைகளை எடுத்துக் கொள்ள நான் அவர்களிடம் “அம்மா எங்கே” என்றேன்..

“உங்களுக்காகத்தான் காத்திட்டு இருக்காங்க.” என்று சொல்லி விட்டு அவர் உள்ளே போக நாங்களும் அவரைத் தொடர்ந்தோம். ஹாலில் இல்லத்துக் குழந்தைகள் யாருமின்றி வெறிச்சோடிக் கிடக்க, எப்போதும் முகமலர்ச்சியுடன் எங்களை எதிர்கொண்டழைக்கும் அம்மாவும் கண்ணில் தென்படாதது கண்டு எனக்கு டென்ஷன் எகிறி விட்டது. ஹாலின் வலது

பக்கம் ஆஃபீஸ் ரூம். ஒரு வேளை அம்மா அங்கே இருப்பார்களோ என்று மூடியிருந்த கதவில் கை வைத்ததுதான் தாமதம், ஹோவென்ற சத்தத்துடன் கதவு திறக்க அறையிலிருந்து வண்ண வண்ண பலூன்கள் எங்களை நோக்கிப் பறந்து வர

“அன்பு உள்ளங்களே... எங்கள் இதய தெய்வங்களே,

உங்களுக்கு எங்கள் இனிய திருமண நாள் வாழ்த்துக்கள்!

எல்லாம் வல்ல இறைவன் கருணையினால்

நீங்கள் வாழ்ந்திட வேண்டும் பல்லாண்டு... உங்கள்

தூய அன்பினால் எங்கள் இதயங்களை ஆண்டு!

என்று இனிமையாகப் பாடிக் கொண்டே குழந்தைகள் ஓடி வந்து எங்களைக் கட்டிப் பிடித்துக் கொள்ள கடைசியாக அம்மா வந்தார். நான் ஓடிப் போய் அம்மாவை அணைத்துக் கொண்டு “ஏம்மா எங்களுக்கு

வாழ்த்து சொல்லலை, நான் எத்தனை ஆசையா எதிர் பார்த்துகிட்டிருப்பேன்னு தெரியுமில்ல" என்று சிணுங்கினேன்.

"தெரியும்டா! ஆனா இந்தப் பிள்ளைங்க எல்லாம் சேந்து உனக்கு ஃபோன் பண்ணத் தடை விதிச்சிட்டாங்க,

நான் ஃபோன் பண்ணலேன்னாதான் நீ டென்ஷனா வருவியாம்... வந்ததும் உனக்கு இன்ப அதிர்ச்சி குடுக்கணும்னு இவங்களே பாட்டெழுதி... ப்ராக்டிஸ் பண்ணி நேத்து ராத்திரி பத்து மணி வரை இதுக்கு ரிஹர்ஸல் வேற" என்று செல்லமாக அலுத்துக் கொண்டார்.

"செல்லங்களா என்னை டென்ஷனாகிப் பாக்குறதுல அவ்வளவு சந்தோஷமா உங்களுக்கு"ன்னு நான் கோபமாகக் கேட்பது போலக் கேட்க.

"ஸாரி அண்ணி... அண்ணாகிட்ட மட்டும் மொதல்லயே சொல்லி வெச்சிட்டோம்ல... அண்ணிய ரொம்ப டென்ஷனாகாம பாத்துக்கோங்கன்னு அதுவுமில்லாம...

இதுக்கெல்லாம் நாங்க மட்டும் காரணமில்லை, அதோ அவரும்தான்" னு ஒரு வாண்டு போட்டுக் கொடுக்க உள்ளேயிருந்து வருவது?

உள்ளறையிலிருந்து கையில் பூங்கொத்தோடு வருவது ப்ரகாஷ் அண்ணாவா? இப்பதானே குஜராத்லருந்து பேசறதா சொன்னார்?

எல்லோருமா சேந்து கூட்டுக் களவாணித்தனம் செஞ்சிட்டீங்க. நீங்க கூடவா ப்ரகாஷ் அண்ணான்னு? நான் சிணுங்க...

"மொத்த ஸ்க்ரிப்டுமே அவனோடதுதானே" ன்னு இவர் சொல்லத் "தங்கச்சி கிட்ட போட்டுக் குடுக்கறியா" ன்னு அண்ணா இவரை முறைக்க ஒரே கும்மாளம்தான். நித்திலனும் சின்னப் பசங்களும் விளையாட... பெரிய பிள்ளைகள் நாங்கள் எடுத்துப் போன பொருட்களை எல்லாம் பொறுப்பாக ஒழுங்கு படுத்தி எடுத்து வைத்ததும்... இல்லத்தின் தூய்மையான காட்சியும்... குழந்தைகளின் அன்பும், அவர்களின் சுத்தமான தோற்றமும் கண்டு கொஞ்சம், கொஞ்சமாக இயல்பு

நிலைக்கு வந்தாள் வந்தனா. அதற்குள் சக்கு மாமி பெரிய பெரிய கேரியர்களுடன் வந்திறங்க சாப்பாடு பந்தி ஆரம்பமாகியது. ப்ரகாஷ் அண்ணா சின்னக் குழந்தைகளுக்கு மடியில் உட்கார வைத்து சாப்பாடு ஊட்டி விட்டதைப் பார்த்து வந்தனா மயக்கம் போடாத குறைதான். நாங்களும் சாப்பிட்டு முடித்த பின் விளையாட்டு, கலை நிகழ்ச்சிகள், பரிசளிப்புன்னு நேரம் போனதே தெரியவில்லை. நாங்கள் கிளம்பப் போகிறோம் என்று தெரிந்ததும் குழந்தைகள் அழவே ஆரம்பித்து விட்டார்கள். ஒரு வாரம்தானே, அடுத்த ஞாயிறு சீக்கிரமே வந்துருவோம்னு குழந்தைகளை சமாதானப் படுத்தி அம்மாவிடம் சொல்லி விட்டுக் கிளம்பும் வரை வந்தனா வாயே திறக்கவில்லை, ப்ரகாஷ் அண்ணாவும் இரவு குழந்தைகளுடன் தங்கி விட்டுக் காலையில் வருவதாக சொல்லி விட்டதால் வந்தனாவை அவர்கள் வீட்டில் இறக்கி விட்டு விட்டு அப்படியே ஹாஸ்பிடலுக்குப் போய் கதிரின் அம்மாவைப் பார்த்து விட்டு வரலாம் என்பது எங்கள் திட்டம். போகும் வழியில்... மெதுவாகத் திருவாய்

மலர்ந்தாள் வந்தனா. “அக்கா கல்யாண நாளும் அதுவுமா கோயிலுக்குக் கூடப் போகாம எதுக்கு இங்க வர்றீங்க... உதவணும்னு நெனச்சா ஏதாச்சும் பண உதவி செய்ய வேண்டியதுதானே. அதுவுமில்லாம அந்தக் கிழவிய வேற அம்மா... அம்மானு கொஞ்சறீங்க. உங்கண்ணா உங்களவிட மோசம். அங்கயே தங்கறேங்கிறார்” னு முகத்தை சுளித்தவள் திடீர்னு நினவு வந்தவளாக “அக்கா வாரா வாரம் நீங்க அம்மாவைப் பாக்கப் போறேன்னு சொல்றது இவங்களத் தானா?ன்னு ஒரு அசூயையுடன் கேட்டாள். நான் சுடச்சுட அவளுக்குப் பதில் சொல்வதற்குள்!

16

காரை நேராக பீச்சுக்கு கொண்டு வந்து நிறுத்திய கணேஷை நான் கேள்விக்குறியோடு பார்த்தேன்.

“சுமி! குழந்தைகள் கொஞ்ச நேரம் மணல்ல போயி விளையாடிகிட்டு இருக்கட்டும். நான் கொஞ்சம் வந்தனாகிட்டப் பேசணும். குறுக்கே நீ எதுவும் பேசாதே. எது பேசறதானாலும் நான் பேசி முடிச்சப்புறம் பேசு. அப்படியே நீ குழந்தைங்க மேல ஒரு கண்ணு வெச்சுக்கோ” னு சொல்லக் குழந்தைகளை விளையாட அனுப்பி விட்டு நாங்களும் மணலில் உட்கார்ந்தோம். கணேஷ் வந்தனாவிடம்...

"வந்தனா, உனக்கு எங்களைப் பத்தி எதுவும் தெரியாதில்ல எங்க ஃப்ளாஷ் பேக்கை சொல்றேன் கேளு. இப்ப இல்லத்துல பாத்தோமே அவங்க எனக்குத்தான் அம்மா. அதுவும் பெத்த அம்மா இல்ல. வளத்த அம்மா!

அவங்களுக்குக் குழந்தைங்க இல்ல. அவரோட கணவர் கல்யாணமான கொஞ்ச வருஷத்துலயே இறந்துட்டாராம். பணத்தை சம்பாதிச்ச அவருக்கு உறவுகளைச் சம்பாதிக்க நேரமில்லையாம். கணவர் இறந்ததும், சொந்தபந்தம் எதுவுமில்லாம தனி மரமா நின்ன அம்மா ஏதாவது குழந்தையைத் தத்து எடுக்க. நினைச்சிருக்காங்க. ஆனா ஒரு கருணை இல்லத்தை ஆரம்பிச்சா ஒரு குழந்தைக்கு பதில் நிறைய குழந்தைகளுக்கு ஆதரவு தரலாமேங்கிற உயர்ந்த எண்ணத்துல இந்த இல்லத்தை ஆரம்பிச்சாங்களாம். இந்த இல்லத்துக்கு முதல் குழந்தையா நானும், எனக்குப் பின்னால ப்ரகாஷும் வந்து சேர்ந்தோம். நாங்க வளர... வளர... அம்மாவோட பெருந்தன்மையும் உயர்ந்த குறிக்கோளும் எங்க மனசுல பதிஞ்சிருச்சு, நாங்களும் எங்களுக்குப் பின்னால வந்து சேர்ந்த குழந்தைகளுக்கு மூத்த சகோதரர்களா அன்பையும் பாசத்தையும் ஊட்டி வளர்த்தோம். இல்லத்துல குழந்தைகளின் எண்ணிக்கை அதிகமாக... அதிகமாக. அம்மாகிட்ட இருந்த பணம்

கொஞ்சம் கொஞ்சமா கொறைய ஆரம்பிச்சிருச்சு. நானும் ப்ரகாஷும் பட்டப் படிப்பு படிச்சு முடிச்சதும் கிடைச்ச வேலைல சேர்ந்து படிப்படியா எங்க தகுதிய உயர்த்திகிட்டோம். எங்க சம்பளத்துல பெரும் பகுதியை இல்லத்துக்குத்தான் செலவிடுறோம். என் மனசைப் புரிஞ்சுகிட்டு எனக்கு உதவி செய்ய சுமித்ரா என் மனைவியா கிடைச்சது என்னோட பாக்கியம்னுதான் சொல்லணும்!

“அக்காவ எப்படி உங்களுக்கு தெரியும்? அவங்களும் உங்களைப் போலவே... இந்த அனாதை இல்லத்துல வளர்ந்தவங்கதானான்னு” வந்தனா குறுக்கிட, “அவசரப்படாதே வந்தனா. நான் எல்லா விஷயத்தையும் சொல்லணும்னு தானே உன்னை இங்க கூட்டிகிட்டு வந்திருக்கேன். அப்புறம் ஒரு விஷயம்! இந்த உலகத்துல அனாதைகள்னு யாருமே இல்ல. அம்மா, அப்பா இல்லாதவங்க அனாதைன்னா இப்ப இருக்கிற தொண்ணூறு சதவீதம் பேர் அனாதைகள்தான். ஏன்னா எல்லோரும் அவங்களப் பெத்தவங்களக் கொண்டு போய் முதியோர்

இல்லத்துல சேத்துட்டு அனாதைகள் மாதிரிதான் இருக்காங்க. ஆனா நாங்க கடவுளோட அருமைக் குழந்தைகள். அவரோட கருணை மழையாலதான் எங்களுக்கு அம்மா கிடைச்சாங்க. எங்களை ஆதரவற்றோர்னு சொல்லிக்கிறதைக் கூட நான் விரும்பறதில்ல. அதனாலதான் எங்க இல்லத்துக்குக் கூட கருணை இல்லம்னு பேர் வெச்சிருக்கோம்.

சரி! சுமியப் பத்திக் கேட்டே இல்லே? சுமி தமிழ்ப் பொண்ணு கிடையாது. அவ ஒரு குஜராத்திப் பொண்ணு. 2002ல குஜராத் பூகம்பத்துல இடிபாடுகள்ல சிக்கி இறந்து போனவங்க எத்தனையோ பேரு. அதுல ஒரு பெரிய பணக்கார மார்வாடி நகைக்கடைக்காரரோட ஒரே பொண்ணுதான் சுமித்ரா! பெரிய கூட்டுக் குடும்பமாம்! பெத்தவங்க, கூடப் பிறந்தவங்க, உறவுக்காரங்க, சொத்து, சுகம் எல்லாத்தையும் சில நொடிகள்ல இழந்து அனாதையானவ. பூகம்பம் ஏற்பட்ட சமயம் இவ காலேஜ் டூர்ல இருந்தால உயிர் தப்பிச்சிருக்கா! ஆனா சொந்த பந்தம் எல்லோரையும் இழந்து

என்ன பண்றதுன்னு தெரியாம தவிச்சவளுக்கு உதவி செய்ய வந்திருக்கா அவளுடைய கல்லூரி சினேகிதி ஆர்த்தி.

சுமித்ராவைத் தன்னுடைய வீட்டுக்கு அழைச்சுட்டுப் போய் தன்னுடைய பெற்றோர்கள் சம்மதத்தின் பேரில் தன் வீட்டுல தங்க வெச்சுகிட்டா. அவங்க வீட்டுல எல்லோரும் பிரியமாதான் நடந்துகிட்டிருக்காங்க. ஆனா அவங்க நடவடிக்கைகள்ள சுமித்ராக்கு ஏதோ சந்தேகம் தோணிகிட்டே இருந்திருக்கு. ஒரு நாள் சுமி வெளில போயிருக்கான்னு நெனச்சு அவங்க எல்லோரும் பேசிகிட்டிருந்ததை அந்த ஆண்டவன் கிருபையால சுமி கேக்க நேர்ந்திருக்கு. சுமி அப்பாவுக்கு நெறய பேங்க் பேலன்ஸும்... சுமிக்கு நெறய நகைகளும் பேங்க்ல இருக்கறது ஆர்த்திக்குத் தெரியும். ஆர்த்திக்கு மட்டுமல்லாம அவளோட நட்பு வட்டத்துல எல்லோருக்கும் தெரியும். அதைத் தன் பெற்றோர்கிட்ட சொன்ன ஆர்த்தி கிரிமினல்தனமா ஒரு திட்டம் போட்டிருக்கா. ஆதரவாப் பேசி சுமியைத் தன் வீட்டுக்கு

கூட்டிட்டு வந்து அவளைத் தன் அண்ணனுக்கு திருமணம் செஞ்சு வெச்சிட்டா அவளோட நகையும் பணமும் தங்களோட கைக்கு வந்திடும். அப்புறம் அந்த நகைகளை வெச்சுத் தன்னோட கல்யாணத்தை நடத்திக்கலாம் கிறது அவளோட திட்டம். இதை எல்லாம் சுமித்ரா கேட்டுட்டத ஆர்த்தியோட அண்ணன் ஆகாஷ் கவனிச்சுட்டான். சுமி வீட்டை விட்டு ஓடிப் போயிட்டா என்ன பண்றதுன்னு நெனச்சவன் சுமி எப்படியும் தன்னோட பொருட்களை எடுக்க அவ ரூமுக்கு வருவான்கிறதை யூகிச்சு அவ ரூம்ல போய் ஒளிஞ்சு கிட்டிருக்கான். சுமி ரூமுக்குள்ள போனதும் அவளைப் பலவந்தப் படுத்த முயற்சி பண்ணி இருக்கான்.

சுமி கத்திக் கூச்சல் போட்டும் அந்த வீட்டுலயே இருந்துகிட்டு யாரும் உதவிக்கு வராததோடு, ஆகாஷ் மனசுல நெனச்சத செஞ்சு முடிக்கட்டும். அப்பதான் சுமி மானத்துக்குப் பயந்து வீட்டை விட்டுப் போக மாட்டான்னு கீழ்த்தரமா யோசிச்சவங்க அவங்கவங்க ரூம்ல போய்க் கதவைத் தாழ்ப்பாள்

போட்டுகிட்டிருக்காங்க. கத்தி, கத்தி ஓஞ்சு போன சுமி... தன்னோட மானத்தைத் தானேதான் காப்பாத்திக்கணும்னு முடிவுக்கு வந்தவ... மேஜை மேலிருந்த டேபிள் லேம்ப்ப எடுத்து ஆகாஷோட மண்டையில ஓங்கி அடிச்சுட்டு வீட்டை விட்டு ஓடி வந்திருக்கா. இனி நாம உயிரோட இருந்தா கண்டிப்பா நம்ம கற்புக்கு ஆபத்துதான்... அது மட்டுமில்லாம நாம யாருக்காக உயிரோட இருக்கணும்னு மனசொடிஞ்சு தற்கொலை செஞ்சுக்க கடற்கரைக்கு வந்திருக்கா. ஆனா விதி வலியது வந்தனா! நம்ம ஆயுட்காலத்தை முடிவு பண்றது நாம இல்லை... நம்மைப் படைச்ச ஆண்டவன்தான் அப்படீங்கிறதுக்கு சுமிதான் நல்ல உதாரணம். புனேல வேலைல இருந்த ப்ரகாஷ்... குஜராத்க்கு வேலை மாறுதல் கிடைக்க... அன்னைக்குத்தான் குஜராத்துக்கு வந்திருக்கான். தங்குறதுக்கு ஒரு நல்ல வீடு வேணும்னு ப்ரோக்கர்கிட்ட கேட்க அவரும் தன்னை பீச்ல வந்து சந்திக்க சொல்லி இருக்கார். ரொம்ப நேரம் காத்திருந்தும் ப்ரோக்கர் வராமப் போகத் திரும்பிப் போக நெனச்சவன் கண்ணுல கடல்

அலைகள்ல இறங்கித் தற்கொலைக்கு முயற்சி செஞ்ச சுமி கண்ணுல பட்டிருக்கா. ஒரு நொடி கூட யோசிக்காம கடல்ல இறங்கி சுமியைக் காப்பாத்தி இருக்கான். கஷ்டப்பட்டு பக்கத்துல இருந்த ஆஸ்பத்திரியில சேத்து ட்ரீட்மெண்ட் குடுத்திருக்கான். சுமி அதிர்ச்சியில இருந்து மீளவே ஒரு வாரம் போல ஆகி இருக்கு. அதுக்கப்புறமாதான் ப்ரகாஷ் சுமிகிட்ட அவளோட தற்கொலை முயற்சியப் பத்திக் கேட்டிருக்கான். நடந்த கதை எல்லாத்தையும் சொல்லி அழுத சுமி என்னை எதுக்கு காப்பாத்தினீங்க... நான் உயிரோட இருந்து என்ன பண்ணப் போறேன்னு கதறி இருக்கா. சுமியோட சோகக் கதை எல்லாத்தையும் கேட்டு கலங்கிப் போன ப்ரகாஷ் கொஞ்ச நாளைக்கு அவளைப் பத்திரமாத் தங்க வைக்கத் தன்னோட வேலை பாக்கிறவர் வீட்ல தன்னோட தங்கச்சினு சொல்லிக் கொண்டு போய் விட்டிருக்கான்.

17

ஆனா சுமி அங்க இருக்கறது அந்த வீட்டுப் பெரியவங்களுக்குப் பிடிக்காம போகவே உடனே சுமியை சென்னைக்கு அம்மாவோட பாதுகாப்புல இருக்கட்டும்னு கூட்டிட்டு வந்துட்டான். சுமியைப் பாத்ததும் அம்மாவுக்கு ரொம்பப் பிடிச்சுப் போயிருச்சு. “ரொம்ப நல்ல காரியம் பண்ணியிருக்கேடா ப்ரகாஷ்”னு ப்ரகாஷைப் பாராட்டிகிட்டே இருந்தாங்க. சுமியும் அம்மாவோட சேர்ந்து இல்லத்து வேலைகளை எல்லாம் ரொம்ப நேர்த்தியா செஞ்சுகிட்டிருந்தா. அத்தோட நிக்காம பேங்க் எக்ஸாம், சர்வீஸ் கமிஷன் எக்ஸாம் எல்லாம் எழுதிகிட்டிருந்தா. சரியா ஒரு வருஷத்துக்குள்ள பேங்க் ஆஃபீஸர்ஸ் எக்ஸாம் ஒண்ணுல பாஸ் செஞ்சு இன்டர்வியூலயும் செலக்ட் ஆகி வேலைல சேந்துட்டா. பேங்க் ஆஃபீஸரா இருந்தாலும் கொஞ்சம் கூட பந்தா இல்லாம, ரொம்ப எளிமையா இருப்பா. எல்லோர் கிட்டவும் ரொம்ப இயல்பா இருப்பா,

இல்லத்துல குழந்தைகள் எத்தனை அழுக்குப் பண்ணிகிட்டாலும் கொஞ்சம் கூட அசூயைப் படாம அவங்களைக் கவனிச்சுக்குவா. வேலைக்குப் போனாலும்... சாயந்திரம் வந்து இல்லத்து வேலைகளைக் கவனிச்சுக்குவா. சமையல்ல இருந்து தோட்டத்தைப் பராமரிக்கிற வரை எல்லா வேலையையும் அவதான் செய்வா. “பெத்த மக மாதிரி என்னைக் கவனிச்சுக்குறாடா” ன்னு சொல்லி, சொல்லி சந்தோஷப் படுவாங்க. அதைக் கேட்டு எனக்கு சுமி மேல இருந்த மதிப்பும் மரியாதையும் கூடிப் போச்சு. ஆனா அம்மாவும், ப்ரகாஷும் அவங்க மனசுக்குள்ள சுமியை எனக்கு கல்யாணம் செஞ்சு வெக்கணும்னு நெனச்சிருக்காங்க. அதனால, அம்மா என்னை கல்யாணம் செய்துக்கச் சொல்லி வற்புறுத்திகிட்டே இருந்தாங்க. “நானும் என்னை மாதிரியே சேவை மனப்பான்மையுள்ள பொண்ணுதான் வேணும்... அந்த மாதிரி பொண்ணு கிடைச்சா நான் கல்யாணம் பண்ணிக்கிறேன்” னு சொன்னேன். சத்தியமா நான் சுமிய மனசுல வெச்சுகிட்டு சொல்லல. ஆனா நான் சொன்னதைக் கேட்டுட்டு

ப்ரகாஷ்... சுமிகிட்ட பேசி... சம்மதம் வாங்கிட்டுட்டு வந்து எங்கிட்ட சொன்னான்.

"பணக்காரப் பொண்ணெல்லாம் நமக்கு செட்டாகாதுடா... அது மட்டுமில்லாம நான் ஒரு சாதாரண க்ளார்க். அவங்க ஒரு பேங்க் ஆஃபீசர். அவங்களுக்கு என்னைவிட நல்ல ஒரு தகுதியான மாப்பிள்ளை கிடைப்பார்... னு நான் மறுத்துட்டேன். ஆனா சுமி கொஞ்சம் கொஞ்சமா எம்மனசை மாத்தி... எம்மேல அவளுக்கு இருக்கிற மதிப்பையும், காதலையும் உணர வெச்சா. இதுக்கு நடுவுல சுமித்ரா அப்பா சுமி பேர்ல போட்டு வெச்சிருந்த பணம்... லாக்கர்ல இருந்த நகை எல்லாம் ப்ரகாஷோட அயராத முயற்சியால சுமிக்கு கெடச்சுது. அத்தனையையும் கொண்டு வந்து

"இந்தாங்கம்மா நம்ம இல்லத்துக்கு ஏதொ என்னால முடிஞ்ச உதவி" னு சொல்லி அம்மாகிட்ட குடுத்தா பாரு... அம்மா அப்படியே அவளைக் கட்டிப் புடிச்சு அழுதுட்டாங்க. "இதுல உனக்கு வேணும்கிறதை எடுத்துகிட்டு மிச்சத்தைக் குடும்மா போதும்" னு அம்மா எவ்வளவு

சொல்லியும் சுமி கேக்கலை. அதுக்கப்புறமாதான் நான் என் சம்மதத்தைச் சொன்னேன்.

ப்ரகாஷ் சுமியைத் தன்னோட சொந்தத் தங்கச்சியா நினச்சு அவளுக்குத் தேவையான புடவை, தாலி எல்லாம் வாங்க... இந்த

இல்லத்துலயே எங்க கல்யாணம் ரொம்ப எளிமையா நடந்தது. கல்யாணமானதும் அம்மா எங்களுக்குத் தனியா வீடு பாத்துக் குடித்தனம் வெச்சிட்டாங்க... எங்களை ஏன் இங்கிருந்து பிரிக்கிறீங்கன்னு நானும் சுமியும் பிடிவாதமா மறுத்தும்... கொஞ்ச நாள் நீங்க தனியா இருங்க. அப்பப்ப வந்து இல்லத்தைக் கவனிச்சுக்கோங்க. மத்த விஷயங்களை நானும் ப்ரகாஷும் பாத்துக்கிறோம்னு அன்புக் கட்டளை போட்டுட்டாங்க அம்மா.

வார நாள் முழுக்க வீட்டையும், பேங்க் வேலையையும் கவனிக்கிற சுமி... வார இறுதியில காலையிலேயே இல்லத்துக்குப் போயிடுவா. குடும்பத்தையும், இல்லத்தையும் ரெண்டு கண்களா கவனிச்சுக்கறா. அது

மட்டுமில்லாம எங்களுக்குக் கல்யாணமான புதுசுல ரொம்ப மோசமான நிலைமைல இல்லத்துக்கு வந்து சேர்ந்த ஒரு குழந்தைய ராத்திரி, பகல்னு பாக்காம... சாப்பாடு, தண்ணி இல்லாம உயிரைக் குடுத்து கவனிச்சுகிட்டா. குழந்தை உடம்பு தேறினாலும் இன்னும் அப்பப்ப ஃபிட்ஸ் வந்துடுது.அதனால அந்தக் குழந்தைக்கு ஸ்பெஷல் கவனிப்பு தேவைப் படுதுன்னு எங்க குழந்தையா வளர்த்தோம். வளர்க்கிறோம். அந்தக் குழந்தைக்கும் இப்ப பத்து வயசாயிடுச்சு" னு சொல்லி இவர் நிறுத்த..

18

“அப்படீன்னா” என யோசனையாய் ஏதோ சொல்ல வாய் திறந்த வந்தனாவை,

“இப்ப எதுவும் கேக்காத... மொதல்ல நான் பேசி முடிக்கிறேன்”னு கண்டிப்பாக இவர் சொல்ல வாயை இறுக மூடிக் கொண்டாள் வந்தனா.

ஞாயிறு தவறாம நாங்க இல்லத்துக்குப் போயிருவோம். அம்மாக்குத் துணையா... குழந்தைகளைக் கவனிச்சுட்டு வருவோம். நாங்க போகலைன்னா குழந்தைகள் ரொம்பவும் தவிச்சுப் போயிருவாங்க. இன்னைக்கு நீதான் உன் கண்ணாலயே பாத்தியே... குழந்தைகள் ஒருத்தர் மேல ஒருத்தர் எப்படி உயிரா இருக்காங்கன்னு! மேலும் நித்திலனைப் பாக்காம அவங்களால இருக்க முடியாது. நித்திலனும் அப்படித்தான். ப்ரகாஷ் எங்களை விட ஒரு படி மேல்! கல்யாணம்னு ஒண்ணு நடந்து, வரப் போற

மனைவி சுமித்ராவப் போல இல்லாம சுயநலமா சிந்திக்கிறவளா இருந்தா என்ன பண்றதுங்கிற பயத்துல கல்யாணமே வேண்டாம்னு மறுத்துட்டான். நாங்க எவ்வளவோ புத்தி சொல்லியும் தீர்மானமா கல்யாணமே வேணாம்னுட்டான்.

"எனக்கு ஏதாவது ஒண்ணுன்னா நீங்க கவனிச்சுக்க மாட்டீங்களா? முடியாதுன்னு சொன்னீங்கன்னா நான் கல்யாணம் பண்ணிக்கிறேன்னு முரண்டு பிடிக்கிறான். அவனுக்கு. எப்ப லீவு கிடைச்சாலும் குழந்தைகளைப் பாக்க குஜராத்லருந்து வந்துடுவான். வேலை விஷயமா அவன் அமெரிக்கா போயிட்டதால ஆறு மாசமா அவன் குழந்தைகளைப் பாக்க வர முடியலை. அந்த ஏக்கத்தைத் தீத்துக்கத்தான் அங்கயே தங்கிட்டான். அவனோட அருவியா கொட்டுற பாசத்துல குழந்தைளை முக்கி எடுத்துடுவான்.

உறவுகள் யாருமில்லாது வாழற நாங்க எங்களுக்குள்ள அம்மா, அண்ணன், தங்கச்சினு உறவுமுறை வெச்சு கூட்டு, சந்தோஷமா வாழறோம். நீ கூடப் பாத்திருப்பே...

எங்களைப் பாத்ததும் அந்தக் குழந்தைங்க எப்பிடி சந்தோஷமா அண்ணா அண்ணினு ஓடி வந்தாங்கனு! இந்த ஜென்மத்துல எங்களுக்குள்ள ரத்த சம்மந்தமில்லாத உறவுதான். ஆனா அதையே நாங்க எங்களுக்குக் கிடைச்ச பெரும் பாக்கியமா நினைக்குறோம். ஆனா நீயோ உனக்கு கிடைச்சிருக்கற பெரும் புதையலை... சொத்தை உன்னோட ஈகோவால தொலைச்சுக்க நினைக்கிற! மாமியாரை ஒரு அம்மாவா நினைக்காம எதிரியாப் பாக்குற!

ஓரகத்திகள, சகோதரியா நினைச்சுப் பாரு. இப்பதான் பழகின சுமித்ராவ அக்காவா நினைக்கத் தெரிஞ்ச உனக்கு உன் ஓரகத்திகளை சகோதரியா நினைக்கத் தோணலையே. இதனால் பாதிக்கப் படப் போறது நீ மட்டுமில்ல... பப்லுவும்தான்! நம்ம சமுதாயத்துல பல இளம்பெண்கள் உன்னைப் போலத்தான் உறவுகளை மதிக்காம தூக்கி எறியறாங்க. எல்லோரும் பட்டுத்தான் திருந்தணும். நீ செய்ற, பேசற எல்லாத்தியும் பாத்துதான பப்லு வளர்றான். இன்னிக்கு

உன்னோட மாமியாருக்கு நீ என்ன மரியாதை குடுக்குறியோ அதுதான் நாளைக்கு உனக்கும். உனக்கு மாமியார் வேண்டாம்... ஆனா அவங்க பெத்த மகன் மட்டும் வேணும்னு நினைக்கிறது எவ்வளவு சுய நலம்னு உனக்குத் தோணலையா? பப்லு இவ்வளவு சின்னப் பையனா இருக்கும் போதே அவனை அவங்க பாட்டியப் பாக்க விடாமத் தடுக்கற. அத்தனை பொஸஸிவ்னஸ் உனக்கு இருக்கும் போது முப்பது வருஷம் வளத்த உங்க மாமியாருக்கு எத்தனை பொஸஸிவ்னஸ் இருக்கணும்? ஆனா அவங்க அதை எல்லாம் விட்டு... உன்னைத் தனிக்குடித்தனம் போக அனுமதிச்சிருக்காங்க. வாரம் ஒருமுறை அவங்களைப் போய் பாக்குறதுல அவங்களுக்கு எத்தனை சந்தோஷம் கிடைக்கும்னு நினச்சுப் பாத்தியா? வயசானவங்களுக்குப் பேரன், பேத்திகள்தான் உலகமே! அவங்களை சந்தோஷப் படுத்தி நீயும் ஆனந்தப் படு. உறவுகளை வெட்டி விடுறது ரொம்ப சுலபம். ஒவ்வொரு உறவும் ஒரு கண்ணி. அதுல ஒரு கண்ணி விடுபட்டாலும் சங்கிலி அறுந்துடும். வாழையடி

வாழையாத் தொடர்ந்து வர்ற ஒரு உறவுச்சங்கிலிய உன்னோட முட்டாள்தனத்தால அறுந்து போக விட்டுராத. அந்த சங்கிலிய இணைக்கிற இணைப்பா... உறுதியான கண்ணியா உன்னை மாத்திக்கமுயற்கி பண்ணு. நண்பர்கள் மட்டுமே அதுவும் சம அந்தஸ்துடன் இருக்கிற நட்புதான் எல்லாமேங்கிற உன்னோட மாய உலகத்திலிருந்து வெளிய வா! நட்பைப் போல உறவும் மிகப் புனிதமானதுதான். நட்பையும் உறவையும் ரெண்டு கண்களா மதிச்சு நட. கதிரைக் காதலிச்சுதானே கல்யாணம் பண்ணிகிட்டே? அதே காதலோட அவனையும் அவன் குடும்பத்தையும் நேசிக்கப் பழகு. பப்லுக்கும் உறவுகளோட மகத்துவத்தைப் புரிய வை. கதிரோட மனசைப் புரிஞ்சு நடந்துக்க. கதிர் மாதிரி ஒரு மென்மையான அருமையான புருஷனை இழந்துடாத! அப்புறம் இன்னொரு விஷயம் நாங்க வளர்த்த அந்தக் குழந்தை இந்த நித்திலன் தானேன்னுதானே கேக்க வந்தே?உன்னோட யூகம் சரிதான் வந்தனா" னு இவர் சொன்னதும் எங்கே நித்திலன் காதுல இந்த விஷயம்

விழுந்துடுமோன்னு பதட்டத்தோட நித்திலனைப் பார்த்தா வந்தனா. அதைக் கவனிச்ச இவர்.

“டென்ஷனாகாதே வந்தனா... நித்திலனுக்கு எல்லா விஷயமும் தெரியும். இவனுக்கு இன்னும் கொஞ்சம் உடம்பு சரியாகணும்னுதான் எங்க பாதுகாப்புல வெச்சிருக்கோம்... அவனுக்கு நாங்க அவனைப் பெத்தவங்க இல்லைனு தெரிஞ்சும் அவனுக்கு எங்க மேல பாசம் குறையல. ஏன்னா எங்களுக்குள்ள நாங்க பிரதிபலன் பாக்காம அன்பைப் பரிமாறிக்கிறதாலதான்! இன்னொரு விஷயத்தையும் சொல்றேன் நாங்க எங்களுக்கே எங்களுக்குனு குழந்தை பெத்துக்கறதை விரும்பலே. இந்த விஷயத்தை எப்படி சுமிகிட்ட சொல்றதுனு கல்யாணத்தன்னிக்கு நான் தயங்கிட்டிருந்தப்ப... சுமியே எங்கிட்ட வந்து,

“இந்த ஜென்மத்துல இல்லத்துக் குழந்தைகள்தான் நம்ம குழந்தைகள், நமக்குன்னு தனியா குழந்தைகள் பிறந்தா இல்லத்துக் குழந்தைகள் மேல நமக்குப் பாசம்

குறைஞ்சிரும்" னு சொன்னா பாரு... அழுதுட்டேன் வந்தனா! யாருக்கு கிடைப்பாங்க இப்படி ஒரு அற்புதமான மனைவி? மனைவி அமைவதெல்லாம் இறைவன் கொடுத்த வரம்கிறது என் வரைக்கும் உண்மையாயிடுச்சு!

அழியப் போகிற இந்த உலகத்துல அன்பு மட்டுமே நிரந்தரம். அதை யார் மேலயும் எந்த நிபந்தனையுமில்லாம தாராளமா வாரி வழங்கலாம்! "அன்பை விதைப்போம். அதன் கனியைப் பகிர்வோம்"னு விவேகானந்தர் சொல்லி இருக்காரு. அதை மெய்யாக்குற விதமா நாங்க எங்க இல்லத்தை அன்பு சூழ் உலகமா வெச்சிருக்கோம்.

ஓ.கே. வந்தனா நா சொன்னதை எல்லாம் நல்லா யோசிச்சுப் பாரு. அப்புறம் உன் இஷ்டம்"னு சொல்லி முடித்தார்...

அதுவரை மௌனமாக இருந்த வந்தனா

"அண்ணா! எனக்கு ஒரு உதவி செய்வீங்களா! னு கேட்க எனக்கும் கணேஷுக்கும் ஒரே அதிர்ச்சி!

வந்தனா என்னை அக்கான்னு கூப்பிடுவாளே தவிர கணேஷை “சார்”னுதான் கூப்பிடுவா. இன்னிக்கு அவரை அண்ணான்னு கூப்பிடவும்,

“என்ன வந்தனா இது புதுசா” ன்னு நான் ஆரம்பிக்கும் போதே,

“ஆமாக்கா அண்ணனை அண்ணான்னுதானே கூப்பிட முடியும்? இத்தனை அன்போடவும்... அனுசரணையோடவும் ஒரு அண்ணனைத் தவிர யாரால இப்படிப் பேச முடியும்? “அண்ணா! என்னை எங்க மாமியார் அட்மிட் ஆகியிருக்கிற ஹாஸ்பிடல்ல கொண்டு போய் விட முடியுமா? எங்க மாமியார்க்கு நாளைக்கு ஓபன் ஹார்ட் சர்ஜரி. நான் பப்லுவை அவங்களுக்கு கூட்டிட்டுப் போய் காட்டணும். எம் மாமியார்கிட்ட, கதிர் கிட்ட மன்னிப்பு கேக்கணும். என்னக்கா அப்படிப் பாக்கறீங்க? கூடப் பிறந்த சகோதரன் மாதிரி அண்ணா இவ்வளவு புத்தி சொல்லியும், இத்தனை உயர்ந்த குணங்களோட இருக்கிற உங்களோட பழகியும் திருந்தலேன்னா நான் மனுஷ ஜென்மமே இல்ல. நான் திருந்திட்டேன்... கூடிய சீக்கிரமே எங்க

வீட்டுக்குப் பக்கமா இருக்கற ப்ரான்ச்சுக்கு ட்ரான்ஸ்ஃபர் வாங்கிட்டு அவங்களோட கூட்டுக் குடும்பமா இருக்கப் போறேன். எங்க கூட்டுக்குடும்பம்கிற உறவுச்சங்கிலிய இணைக்கிற உறுதியான கண்ணியா இருக்கப் போறேன். இது சத்தியம். இது மட்டுமில்ல இனி அன்னை தெரஸா குடும்பத்துல நானும் ஒருத்தி. என்னையும் உங்களோட சேர்த்துக்குவீங்களா? என்று சொல்லிக் கொண்டே அழுது விட, எங்கள் கண்களிலும் கண்ணீர் வழிந்தது.

எல்லோருமாக ஹாஸ்பிடலுக்கு வந்தனாவின் மாமியாரைப் பார்க்கப் போனால் ஒரே உறவினர்கள் கூட்டம்.நாங்கள் வருவது கதிர் மூலமாக... அங்கிருந்த கதிரின் வீட்டார்கள் அனைவருக்கும் தெரிந்திருந்தது. ஆனால் எதிர்பாராமல் வந்தனாவையும், பப்லுவையும் பார்த்ததும் அவர்களுக்கு அதிர்ச்சி என்றால்... அங்கு எங்களுக்கு முன்பே வந்திருந்து கதிரின் அம்மாவுக்கு உதவியாக இருந்த தன் அம்மா நந்தினியைப் பார்த்தும் வந்தனாவுக்கு அதிர்ச்சியோ... அதிர்ச்சி!

எதுவும் பேசாமல் தன் அம்மாவையே வைத்த கண் வாங்காமல் பார்த்துக் கொண்டிருந்த தன் மனைவியைப் பார்த்த கதிர்,

“என்ன வந்தனா... அதிர்ச்சியா இருக்கா? இவங்க உன்னோட அம்மாவா இங்க வரலை. எங்க குடும்பத்துக்கு உறவா, எங்க நலம் விரும்பியா இங்க வந்திருக்காங்க. அதனால அவங்கள எதுவும் நீ கேக்க முடியாது” என எகிறினான். அவனுக்கு சரிக்கு சரியாக வாயாடும் வந்தனா வாய் பேசாமல் மௌனமாக இருப்பதைப் பார்த்த கதிர்.. வியப்போடு எங்கள் முகத்தைப் பார்க்க... என்னவர் மெதுவாக அறையை விட்டு வெளியே போக... அவரைப் பின் தொடர்ந்து கதிரும் நழுவினான். சில நிமிடங்களில் சிரித்த முகத்தோடு உள்ளே வந்த கதிர், நாங்கள் அனைவரும் இருப்பதைக் கூடப் பொருட்படுத்தாமல் நேராக வந்தனாவின் அருகில் வந்து அவளைத் தோளோடு தோளாக அணைத்து “தேங்க்ஸ் வந்தனா” என அவள் காதருகில் கிசுகிசுக்க... வெட்கத்தில் சிவந்தது வந்தனாவின் முகம்! என்ன நடக்கிறது என்பது புரியாமல் மற்றவர்

முகங்களில் பூத்தது ஆச்சர்யக் குறியும் கேள்விக் குறியும்!

கதிரின் அம்மாவுக்கு மருமகளும், பேரனும் தன்னைப் பார்க்க வந்ததே பெரிய பூரிப்பு. பேரனை அணைத்துக் கொஞ்சியபடி.

"எம்மனசு சந்தோஷத்துல ரொம்பி வழியுது... நாளைக்கு நடக்கப் போற ஆபரேஷனில் நான் பிழைக்கலேன்னாலும் கூட எனக்கு கவலையில்ல" என உணர்ச்சி வசப்பட்டு சொல்ல, "அப்படி எல்லாம் சொல்லாதீங்க அத்தை, நீங்க நூறு வயசு எங்களுக்குத் துணையா எங்களோட இருக்கணும். என்னை மன்னிச்சு திரும்பவும் உங்க குடும்பத்துல ஒருத்தியா ஏத்துக்கணும்... என்னை மன்னிப்பீங்களா அத்தை" னு மாமியார் காலைத் தொட்டு மன்னிப்பு கேட்டு அன்போடு அவர் தோளை அணைத்து ஆறுதல் சொன்ன வந்தனாவைப் பார்த்து திகைத்து நின்றது அந்தக் குடும்பம். நந்தினிக்கோ தான் காண்பது கனவா... இல்லை நனவா என்ற திகைப்பும்... மகள் திருந்தி விட்டதைத் தன் கணவர் எப்படி ஏற்றுக் கொள்வார் என்ற

கேள்க்குறியும்... வந்தனா திருந்தியதைப் போல முரளியும் மனம் திருந்தினால் எத்தனை நன்றாக இருக்கும் என்ற ஆசையும் வரிசையாகத் தோன்றியது. ஓரகத்திகள் மூன்று பேரும் ஒருவரை ஒருவர் அணைத்துக் கொண்டு தங்கள் மகிழ்ச்சியைப் பரிமாறிக் கொண்டதைக் காண இரு கண்கள் போதவே போதாது.

வெகு நாட்கள் கழித்து மொத்தக் குடும்பமும் ஒன்றாக ஒற்றுமையாக சேர்ந்திருக்கிறார்கள். சந்தோஷமாகப் பேசிக் களிக்கட்டும் என்று நாங்கள் விடை பெற்றுக் கொள்கையில்... எங்களோடு வெளியே வந்தான் கதிர். எங்களுக்கு நன்றி சொல்ல முடியாமல் அவன் அழ, அவனுக்குத் தேறுதல் சொல்லி விட்டு நாங்கள் கிளம்பினோம், கூப்பிய கைகளோடும்... கலங்கிய கண்களோடும் எங்களுக்கு விடை கொடுத்தான் கதிர்.

வீட்டுக்குத் திரும்பும் வழியில்,

"என்னங்க! நீங்களும், கதிரும் தனியா போய் என்னவோ பேசிட்டு வந்தீங்களே... எங்கிட்ட சொல்லலாம்னா சொல்லுங்க" என்றேன்.

"அதொண்ணுமில்ல சுமி... வந்தனாவையும், பப்லுவையும் பாக்கணும்னு கதிரோட அம்மா ரொம்ப ஆசைப் பட்டிருக்காங்க! அவங்களுக்கு நடக்கப் போற ஆபரேஷன்ல தான் பொழைப்போமா... மாட்டோமான்னு அவங்களுக்கு பயம் வந்திருச்சாம். அதனால கடைசியா அவங்களப் பாக்கணும்னு ஆசைப் பட்டிருக்காங்க. இவனும் அவகிட்ட கெஞ்சிப் பாத்திருக்கான். போராடிப் பாத்திருக்கான். இவ வீம்பா வர முடியாதுனு சொல்லியிருக்கா. நொந்து போன கதிர் "அவளுக்கு ஃபோன் பண்ணி நல்ல புத்தி சொல்லுங்க சார்" னுரொம்பவே கெஞ்சிக்கேட்டுகிட்டான். நம்ம கல்யாண நாளைச் சொல்லி, நீ அவளை விருந்துக்குக் கூப்பிடச் சொன்னதா ஒரு பொய்யைச் சொல்லி வரச் சொன்னேன். கதிருக்குத்தான் நம்மைப் பத்தி எல்லா விஷயமும் தெரியுமே!

“நாளைக்கு வந்தனா உங்க வீட்டுக்கு வர போறா. அவ கிட்ட சொல்லாம அவளை கருணை இல்லத்துக்குக் கூட்டிகிட்டுப் போங்க. அப்படியே அவளுக்கு நல்லா உறைக்கிற மாதிரி

நீங்களும், அக்காவும் புத்தி சொல்லுங்க. இல்லத்துக் குழந்தைகளைப் பாத்தாச்சும் அவளுக்கு உறவுகளோட மகத்துவம் புரியட்டும். அப்படியும் புரியலேன்னா அப்புறம் அந்த ஆண்டவன் விட்ட வழி” அப்படீன்னு விரக்தியா சொல்லிட்டு ஃபோனை வெசசிட்டான். எனக்கும் இது நல்ல ஐடியாவா தோணுச்சு. அதுதான் உங்கிட்ட கூட சொல்லலாமா? வேண்டாமான்னு யோசிச்சேன்... சரி... உனக்கும் இது ஒரு சர்ப்ரைஸா இருக்கட்டுமேன்னு விட்டுட்டேன்.

வந்தனா மனசு மாறிட்டா. அவங்கப்பா வர்றதுக்குள்ள அவளை உன் பக்கம் ஈர்த்துக்கற வழியப் பாருன்னு கதிர்கிட்ட சொல்லிட்டு வந்தேன். ஆனா வந்தனா இவ்வளவு சீக்கிரம் தன்னோட தவறை

உணர்ந்து திருந்துவான்னு நான் நினைக்கவே இல்ல" என்றார் மகிழ்ச்சிப் பெருக்குடன்!

"அடிப்படைல வந்தனா நல்ல பொண்ணுதான் போல. அவ அப்பாதான் அவளை ஏகத்துக்கும் செல்லம் குடுத்துக் குட்டிச்சுவராக்கி இருக்கார். அந்த மனுஷனுக்கு விஷயம் தெரிஞ்சா இனி என்னெல்லாம் நடக்கப் போகுதோன்னு தெரியலையே. அவங்கப்பாவைப் பார்த்ததும் வேதாளம் முருங்கை மரம் ஏறின கதையா இவ மனசு மாறிட்டா... என்னங்க பண்றது" என்றேன் கவலையுடன்.

"எதுக்கு சுமி... நெகடிவா நினைக்கணும்? மகள் திருந்தினதைப் பார்த்து அவரும் திருந்திடுவார்னு பாஸிடிவா நினைப்போமே. இத சொல்ல மறந்துட்டேனே. அடுத்த மாசம் வந்தனாவோட பிறந்த நாள் வருதில்ல. அதுக்காக அவங்கப்பா அவளுக்கு ஒரு ஆடம்பரமான பெரிய ட்யூப்ள்க்ஸ் வீடு வாங்கப் போறாராம். அது விஷயமா இந்தியா வரப் போறார்னு வந்தனாவோட அம்மா கதிர் கிட்ட சொல்லி இருக்காங்க. இந்த விஷயம்

வந்தனாவுக்குத் தெரியாதாம்... சர்ப்ரைஸா இருக்கணும்னு நந்தினிய எச்சரிச்சு வெச்சிருக்காராம் அந்த பாசக்கார அப்பா. அது வேற கதிருக்கு ரொம்ப டென்ஷன். சொந்த வீடும் வாங்கிக் குடுத்து மகளை கைக்குள்ள போட்டுகிட்டு கதிர் குடும்பத்தை ஆட்டிப் படைக்கணும்னு மனுஷன் நினைச்சிருக்கார். ஆனால் கடவுளோட சித்தம் எப்படி இருக்கு பாத்தியா சுமி? நல்லவங்களுக்கு எப்பவும் நல்லதுதான் கிடைக்கும். எனக்கு நீ கிடைச்ச மாதிரி" என்று சொல்லிக் கொண்டே இடது கையால் என் தோளை அணைத்தார்.

"போதும்! போதும்! ரோட்டைப் பாத்து வண்டிய ஓட்டுங்க, நித்திலன் இருக்கறது மறந்து போச்சா" என்று நான் செல்லமாக அதட்ட, அசடு வழியக் கையை எடுத்துக் கொண்டார் என்னவர். எங்கள் திருமண நாளும் அதுவுமாக ஒரு நல்ல செயலைச் செய்து முடித்த திருப்தி இருவருக்குமே! இதை விடச் சிறந்த திருமண நாள் பரிசு எங்களுக்கு வேறென்ன இருக்க

முடியும்னு நினச்சு ரொம்பவே சந்தோஷப்பட்டோம்.

கடந்து போன இந்த ஒரு வருஷத்துல வந்தனா தன்னை ஒரு நல்ல மனைவியா, சிறந்த மருமகளா நிரூபிச்சிட்டு வர்றா. தன்னை இப்படி ஒரு சுயநலமிக்கவளாகவும், அகம்பாவக்காரியாகவும் வளர்த்து விட்டுத் தன் குடும்ப வாழ்க்கையையும், பப்லுவின் எதிர்காலத்தையும் பாதிக்குமளவுக்குத் தன்னை மூளைச்சலவை செய்து விட்ட தன் தந்தையுடன் முகம் கொடுத்துப் பேச மறுத்து விட்டாள் வந்தனா. அத்துடன் விட்டாளா? ஆசை ஆசையாய் அவர் தனக்கு வாங்கி வைத்திருந்த அந்த ஆடம்பர பங்களாவை வாங்கிக் கொள்ளவும் மறுத்து விட்டாள்.தன் புகுந்த வீடே தனக்கு சொர்க்கம் என்று அவள் கூறியதைக் கேட்டு அவள் புகுந்த வீடே வந்தனாவைத் தலையில் தூக்கி வைத்துக் கொண்டாடியது. ஆனந்தம் விளையாடும் வீடாக மாறியது அவள் புகுந்த வீடு! நந்தினிக்கும் அளவு கடந்த சந்தோஷத்தில் தலை,கால் புரியவில்லை. ஆனால் முரளியின்

நிலைமைதான் பரிதாபம்! துபாய்க்குப் போனவர் இது வரையும் தாய்நாட்டுக்குத் திரும்பவில்லை. செல்ல மகளின் இந்தப் பாராமுகத்தை, அவள் கொடுத்திருக்கும் தண்டனையைத் தாங்க முடியாமல் துடித்தார். இதே துடிப்புதானே தன்னைப் பெற்றவர்களுக்கும் இருந்திருக்கும் என்பதை உணராது, பெற்ற தந்தையின் மரணத்திற்குக் காரணமாகி விட்டதோடு, தாயையும் தங்கையையும் அவமதித்து அவர்களை இத்தனை வருடங்களாகப் புறக்கணித்து மூட்டை மூட்டையாக அவர் சேர்த்து வைத்திருக்கும் பாவச்சுமைக்கு... அவரின் ஆசைமகள் வந்தனா கொடுத்திருக்கும் இந்த தண்டனை மிக மிகக்குறைவுதான். ஆனால் ஆண்டவன் அவருக்காக விதித்து வைத்திருக்கும் தண்டனையை யாரறிவார்? அதை அவர் அனுபவித்துதானே தீர வேண்டும்? அவராக மனம் திருந்தி, சமாதானமடைந்து வரட்டும் என்று நந்தினியும் காத்திருக்கிறாள். தன்னுடைய அப்பாவின் கடந்த கால விஷயங்களை தன் தாயின் மூலமாகவும் தன் கணவன் மூலமாகவும் தெரிந்து கொண்ட

வந்தனா கிராமத்துக்குப் போய் செல்லம்மா பாட்டியையும், சாரு அத்தை குடும்பத்தையும் பார்த்து, அவங்களோட ஆசீர்வாதத்தை வாங்கி வந்ததோடு செல்லம்மா பாட்டியை அழைத்து வந்து நந்தினியிடம் ஒப்படைத்து விட்டாள். இதைப் பார்த்து எல்லோரும் மனம் குளிர்ந்து வந்தனாவை வாழ்த்தினார்கள் பிரதிபலன் பார்க்காத. அன்பென்ற மந்திரத்தால் ஆகாதது என்ன இருக்கு சொல்லுங்க?

ஆசிரியரை பற்றி

விஜி சம்பத்

இந்த நாவலின் ஆசிரியர் விஜி சம்பத் ஒரு முது நிலை பட்டதாரி. எழுத்தார்வம் மிக்கவர். இவர் எழுதிய பல சிறுகதைகள், கவிதைகள் பல்வேறு மாத, வார இதழ்களில் பிரசுரமாகியுள்ளன. சிறுகதைப் போட்டிகளிலும் பல பரிசுகளைப் பெற்றுள்ள இவரின் முதல் நாவல் 'அன்பின் வழியது உயிர்நிலை' என்னும் இந்த நாவல்.

* 9 7 8 9 3 5 4 9 0 3 4 0 3 *
FCW - #0080 - 061026 - C0 - 200/125/10 - PB - 9789354903403 - Gloss Lamination